வெற்றிகரமான ஏற்றுமதியாளராவது எப்படி?

[மாண்புமிகு முதலமைச்சர் கலைஞர் மு.கருணாநிதி
அவர்களால் 10.6.2008 வெளியிடப்பட்டது]

சேதுராமன் சாத்தப்பன்

விஜயா பதிப்பகம்
20, ராஜ வீதி,
கோயம்புத்தூர் - 641 001.
www.vijayapathippagam.org

வெற்றிகரமான ஏற்றுமதியாளராவது எப்படி?

Vetrikaramana Etrumathiyalaravathu Eppadi?

ஆசிரியர் : **சேதுராமன் சாத்தப்பன்**

ஒன்பதாம் பதிப்பு : 2019

விஜயா பதிப்பகம்

20, ராஜ வீதி, கோயம்புத்தூர் - 641 001.

✆ 0422 - 2382614 / 2385614

vijayapathippagam2007@gmail.com

ஒளியச்சு / புத்தக வடிவமைப்பு : **ஐரிஸ் கிராபிக்ஸ், கோவை.**

அட்டை வடிவமைப்பு : **தத்ரூபா கிராபிக்ஸ், கோவை.**

அச்சாக்கம் : **ஜோதி எண்டர்பிரைசஸ், சென்னை - 5.**

ISBN - **81-8446-090-2** / பக்கம் : 144 / **விலை : ரூ.**110/–

எழுத்துலகில் நான் சிறப்பாக வரவேண்டும் என்று மிகவும் எதிர்பார்த்த காலஞ்சென்ற எனது ஐயா, திரு. சாத்தப்ப செட்டியார் [நெற்குப்பை] அவர்களுக்கும், தந்தையார் திரு. சேதுராமன் செட்டியார் அவர்களுக்கும், எனக்கு தமிழ் ஊட்டி வளர்த்த சிதம்பரம் நகருக்கும் இந்தப் புத்தகத்தை சமர்ப்பிக்கின்றேன்.

ஆசிரியர் உரை

வணக்கம். ஏற்றுமதி என்பது லாபகரமான தொழில் என்பது பலருக்குத் தெரிந்திருக்கும். தரமான பொருட்கள் தயாரிக்கும் பலர் தமிழகத்தில் இருந்தாலும் அவர்கள் ஏற்றுமதியில் ஈடுபட விரும்புவதில்லை. காரணம் ஏற்றுமதிக்கு நல்ல ஆங்கிலப்புலமை வேண்டும் என்பது போன்ற எண்ணம் இருப்பதுதான். ஏற்றுமதி செய்ய ஆங்கில அறிவு தேவையில்லை, தரமான பொருட்கள்தான் தேவை என்பதைக் கூறும் வகையில் தினமலர் நாளிதழில் ஒரு தொடர் எழுத வேண்டிக் கேட்டிருந்தபொழுது அவர்கள் 20 வாரங்கள் எழுதுங்கள் என்றார்கள். அது சிறப்பான முறையில் வெளிவந்து சுமார் 50 வாரங்கள் வரை நீண்டு சென்றது. பல்லாயிரக் கணக்கான வாசகர்களின் அமோக வரவேற்பை பெற்றது.

அந்தத் தொடர் சிறிய வடிவ மாறுதல்களுடன் தற்போது உங்கள் கையில் புத்தகமாக உள்ளது.

ஏற்றுமதி குறித்து பல புத்தகங்கள் ஆங்கிலத்தில் வந்துள்ளன. ஆனால் தமிழில் அவ்வளவாக வரவில்லை. அதைப் போக்கும் விதமாகவும், ஏற்றுமதியில் லாபம் கம்பிமேல் நடப்பது போன்றது என்பதால் தவறில்லாத ஏற்றுமதி மிகவும் முக்கியமானதாகும், அதை எவ்வாறு செய்வது என்று உங்களுக்கு விளக்கமாக எடுத்துக் கூறவே இந்தப் புத்தகம் உங்கள் கையில் உள்ளது.

தமிழில் வர்த்தகம் சம்பந்தப்பட்ட நூல்கள் மிகவும் குறைவு. அன்று ராமர் பாலம் கட்ட அணில் மண் சுமந்து வந்தது போல், தமிழ் வர்த்தக நூல்களின் வரிசையில் இது ஒரு சிறிய முயற்சியாகும்.

நீங்கள் சிறப்பான ஏற்றுமதியாளராக இந்தப் புத்தகம் ஒரு வழிகாட்டியாக இருக்கும் என்ற நம்பிக்கை எனக்கு உண்டு.

உங்களுடைய ஏற்றுமதி சிறக்க வரும் மாதங்களில் 'ஏற்றுமதி நூல் வரிசை'யில் கீழ்க்கண்ட புத்தகங்கள் வரவுள்ளன.

- ஏற்றுமதி மார்க்கெட்டிங் செய்வது எப்படி?
- Useful websites for Exporters
- ஏற்றுமதி கடிதங்கள் எழுதுவது எப்படி?

இந்தப் புத்தகத்தை அழகான முறையில் அச்சிட்டு வெளிக் கொண்டு வந்திருக்கும் பதிப்பாளர் கோவை விஜயா பதிப்பகம் உரிமையாளர் திரு. வேலாயுதம் அவர்களுக்கும், அவரது மகன் திரு. சிதம்பரம் அவர்களுக்கும் எனது நன்றிகள் உரித்தாகுக. இதுதவிர இந்தப் புத்தகம் வெளிவர மிகவும் உதவியாக இருந்த நண்பர்கள் திரு. ஹுமாயூன் அவர்களுக்கும், திரு. சேது நாகராஜன் அவர்களுக்கும், தொடராக வெளியிட்ட தினமலர் நிர்வாகத்தினருக்கும் எனது நன்றிகள் உரித்தாகுக.

தொடர்ந்து எழுத குடும்பத்தினரின் ஆதரவு மிகவும் தேவை. அந்த வகையில் எனக்கு மிகவும் ஆதரவு அளித்துவரும் அருமை மனைவி திருமதி. அன்னபூரணி, மகள்கள் தேவி, முத்து கணேஷ் மீனா ஆகியோருக்கும், மேலும் எனது எழுத்துக்களுக்கு முதல் வாசகராக இருந்து வரும் எனது மாமனார் திரு. சுப்ரமணியன் செட்டியார் அவர்களுக்கும் எனது நன்றிகள்.

அன்புடன்

சேதுராமன் சாத்தப்பன்

மும்பை

கைபேசி : 09820451259

ஈ-மெயில்: sethuraman.sathappan@gmail.com

அக்டோபர் 2012

பொருளடக்கம்

வ.எண்	பாடம்	பக்கம்
1.	ஏற்றுமதி ஏன்?	9
2.	தமிழ்நாடும் - ஏற்றுமதியும்?	12
3.	ஏற்றுமதியாளராகும் முன் கவனத்தில் கொள்ளவேண்டியவை என்னென்ன?	16
4.	ஏற்றுமதியாளராக அடிப்படைத் தேவைகள் என்னென்ன?	18
5.	ஏற்றுமதி மேம்பாட்டுக் குழு/வாரியப் பட்டியல்	23
6.	ஏற்றுமதிக்கான பொருள் தேர்ந்தெடுத்தல்	29
7.	ஏற்றுமதியாளர் வகைகள்	31
8.	ஏற்றுமதி வகைகள்	33
9.	ஏற்றுமதியும், HS குறியீடும்	37
10.	ஏற்றுமதியும் இன்டர்நெட்டும் (Export and Internet)	39
11.	இந்தியாவிலிருந்து ஏற்றுமதி செய்யப்படும் முக்கியமான பொருட்களும், நாடுகளும்	43
12.	எந்த நாட்டுக்கு ஏற்றுமதி செய்வது என்ற தகவல்கள் பெறுவது எப்படி?	53
13.	ஏற்றுமதி மேம்பாட்டுக் குழுக்கள்/ வாரியங்கள் வெப்சைட் முகவரிகள்	58
14.	ஏற்றுமதி வாய்ப்புகளைப் பெற முயற்சிக்கும் முன்பு என்ன செய்ய வேண்டும்?	61
15.	விலை நிர்ணயம்	63
16.	"இன்கோடெர்ம்ஸ் 2000" (INCOTERMS 2000)	67

17.	விலை நிர்ணயம் செய்ய இன்கோடெர்ம்ஸ் எவ்வாறு உதவுகிறது? (மாதிரியுடன்)	70
18.	ஏற்றுமதிக் கடிதங்கள்	75
19.	ஏற்றுமதி வாய்ப்புகளைப் பெறுவது எப்படி?	76
20.	ஏற்றுமதி ஒப்பந்தம் (Export Contract)	85
21.	ஏற்றுமதியில் பணம் பெறும் முறைகள்	88
22.	ஏற்றுமதிக்கு முன் பரிசோதனை (Export Pre-Shipment Inspection)	94
23.	ஏற்றுமதி பேக்கிங்	97
24.	ஏற்றுமதியில் மார்க்கிங் / லேபிளிங்	101
25.	மரைன் இன்சூரன்ஸ் (Marine Insurance)	104
26.	ஏற்றுமதிப் பொருட்கள் கப்பலில் ஏற்றப்படும் முன் துறைமுக நடைமுறைகள்	107
27.	L/C மூலம் ஏற்றுமதி எவ்வாறு நடைபெறுகிறது?	110
28.	மாதிரி L/C	114
29.	L/C வந்தவுடன் என்னென்ன கவனிக்க வேண்டும்?	119
30.	L/C மூலம் ஏற்றுமதி செய்தாலும் நஷ்டம் ஏற்படுமா?	121
31.	ஏற்றுமதியும், டாக்குமெண்டுகளும்	125
32.	ஏற்றுமதிக் கடன் பெறுவது எப்படி?	126
33.	ஏற்றுமதிக்காக வெளிநாட்டுப் பயணம் அந்நியச் செலாவணி பெறுவது எப்படி?	129
34.	ஏற்றுமதி இறக்குமதியில் ஏற்படும் சர்ச்சைகளை எவ்வாறு தீர்ப்பது?	133
35.	ஏற்றுமதித் தகராறுகளை எப்படித் தீர்ப்பது?	136
36.	ஏற்றுமதியாளர்களும் ரிசர்வ் வங்கி விதிகளும்	138
37.	ஏற்றுமதிக்கான பணம் வராமல் போகுமா?	141
38.	உங்களுடன் ஒரு நிமிடம்	143

1. ஏற்றுமதி ஏன்?

கல்லில் இருந்து காகிதம் வரை, தீப்பெட்டி முதல் சாப்ட்வேர் வரை ஏற்றுமதி செய்து தற்போது இந்தியாவில் ஏற்றுமதியாளர்கள் பெருகி வருகிறார்கள். இருப்பினும், உலக ஏற்றுமதி மதிப்பில் நமது இந்தியா ஒரு சதவீத அளவை இப்போது தான் தாண்டியிருக்கிறது.

நம் நாடு ஏற்றுமதியை அதிகப்படுத்த எண்ணி, ஏற்றுமதிக் கொள்கைகளில் பலவிதமான கட்டுப்பாடுகளை தளர்த்தி உள்ளது. ஏற்றுமதியாளர்களை மேலும் அதிகப்படுத்த வேண்டும் என்ற நல்லெண்ணத்தில்தான் இந்தப் புத்தகம் உங்கள் கைகளில் உள்ளது.

ஏற்றுமதி செய்வது எப்படி? அதற்கான அடிப்படைகள் என்ன? பாதுகாப்பாக எவ்வாறு ஏற்றுமதி செய்வது? என உங்களுக்கு விளக்கமாக உணர்த்துவதுதான் இந்தப் புத்தகத்தின் நோக்கம்.

உங்களில் பலர் தரமான பொருட்களை தயாரிப்பவர்களாக இருப்பீர்கள். சிலர் தரமான பொருட்கள் தயாரிக்கும் கம்பெனிகளில் பணிபுரிபவர்களாக இருப்பீர்கள். அத்தகைய தரமான பொருளை ஏற்றுமதி செய்து நல்ல ஏற்றுமதியாளராக வேண்டும் என்ற ஏக்கம் உங்களுக்கு இருக்கலாம். மற்றும் கல்வி பயின்று கொண்டிருக்கும் மாணவர்களுக்கு வருங்காலத்தில் தான் ஒரு ஏற்றுமதியாளராக வேண்டும் என்ற கனவு இருக்கலாம். அத்தகைய கனவும், ஏக்கமும் நிறைவேற வழிகாட்டியாக இந்தப் புத்தகம் இருக்கும்.

தமிழ்நாடு என்றதும் தரமான பொருட்கள், நாணயமான மக்கள், கல்வியறிவு மிகுந்தவர்கள், திறமையானவர்கள் என்று நினைவு வரக்கூடிய அளவுக்கு உலக அளவில் நாம் இடம் பெற்றுள்ளோம்.

19ம் நூற்றாண்டிலேயே கடல் கடந்து சென்று வாணிபம் செய்து பல நாடுகளில் பெயர் பெற்றவர்கள் தமிழர்கள். குறிப்பாக நாட்டுக்கோட்டை செட்டியார்கள் இலங்கை, சிங்கப்பூர், மலேஷியா, பர்மா, வியட்நாம் போன்ற நாடுகளில் அதிக அளவில் வாணிபம் செய்து பெயர் பெற்றவர்கள். ஆனால் 20ம் நூற்றாண்டில்

நம்மில் பலர் ஒரு குறுகிய வட்டத்திற்குள் வாழ ஆசைப்பட்டு, நிரந்தரமான வேலைக்கு சென்றால் போதும், வியாபாரம் தொடங்கினால் லாபமும் வரும் / நஷ்டமும் வரும் என்ற நினைப்பில் அரசாங்க வேலைகளுக்கு அடிதடி போட்டு சேர்ந்து உழைத்து வந்தார்கள் / வருகிறார்கள். அரைக்காசு உத்தியோகம் என்றாலும் அரசாங்க உத்தியோகம் என்ற எண்ணம்தான் காரணம். நல்ல பொருட்களை உற்பத்தி செய்யும் நமது தமிழர்கள் ஏற்றுமதியில் பெரும் பங்காற்ற வேண்டும்.

இன்றைய காலத்தில் நல்ல வருமானத்தையும், நாட்டிற்கு அந்நியச் செலவாணியையும் பெற்றுத் தருவது ஏற்றுமதித் தொழிலாகும். மற்றும் உள்நாட்டில் ஏற்படும் சட்ட திட்ட மாற்றங்களால் அதிகம் பாதிக்கப்படாத தொழில் ஏற்றுமதித் தொழிலாகும். நம் நாட்டில் விலை போகாத பல பொருட்கள் வெளிநாட்டில் சக்கைப்போடு போட்டு விற்பனையாகின்றன.

நீங்கள் செய்வது குடிசைத் தொழிலோ, சிறு தொழிலோ, நடுத்தரத் தொழிலோ அல்லது பெரும் தொழிலோ அனைத்திலும் ஏற்றுமதி வாய்ப்புகள் அதிகம் உள்ளது.

ஏற்றுமதியில் ஈடுபட தங்களுக்கு ஆர்வம் வேண்டும். ஆர்வம் என்றால் தீவிர ஆர்வம் வேண்டும். உங்களை இயக்குகின்ற, செயல்படத் தூண்டுகின்ற சில ஆழமான, அழுத்தமான குறிக்கோள்கள் உங்களிடம் இருக்க வேண்டும். தனி மனிதனாக சாதிக்க முடியுமா என நினைக்காதீர்கள். வெற்றி பெற்ற அதிகமான நிறுவனங்களை ஆழ நோக்கினால், அந்த நிறுவனத்தில் தனி நபர்கள் மிக அருமையாக செயல்பட்டு மிகச் சிறந்த வெற்றியை அடைந்திருக்கிறார்கள் என்பது புரியும்.

ஏற்றுமதி என்பது நன்கு படித்தவர்களுக்கும், நுனி நாக்கில் ஆங்கிலப் புலமை உள்ளவர்களுக்கு மட்டும்தான் சரிப்பட்டு வரும் என்ற ஒரு பரவலான கருத்து நம் மக்களிடையே நிலவி வருவது வருந்தத்தக்கது. இது ஒருவித மறைமுகமான தாழ்வு மனப்பான்மைதான்.

உலகத்தின் பல நாடுகளில் ஆங்கிலம் பேசப்படுவதில்லை. அவர்களின் தாய்மொழி வாயிலாகவே கல்வி கற்பிக்கப்படுகிறது. உதாரணத்திற்கு சீன, ஜப்பானிய மக்களில் பெரும்பகுதியானவர்கள் மருந்துக்குக்கூட ஆங்கிலம் பேசமாட்டார்கள். அனைத்தையும் தம் தாய்மொழி வாயிலாக மற்றவர்களுக்கு மொழிபெயர்ப்பாளர்கள் மூலம் விளங்க வைப்பார்கள். ஏற்றுமதி செய்ய ஆங்கிலம் தெரிந்திருக்க வேண்டும் என்ற அவசியம் இல்லை.

அடிப்படைக் கல்வி அறிவு இல்லாதவர்கள்கூட பலர் இன்று இந்தியாவில் பெரிய ஏற்றுமதியாளராக கொடி கட்டிப் பறந்து கொண்டிருக்கும் உண்மை நம்மில் பலருக்குத் தெரியாது. மிகுந்த தன்னம்பிக்கையும், என்னால் செய்யமுடியும் என்ற எண்ணமும் இருந்தால் கட்டாயம் நீங்களும் ஒரு நல்ல ஏற்றுமதி யாளராக முடியும்.

கோடிக்கணக்கில் முதலீடு செய்து பரபரப்பாக தங்கள் தயாரிப்புகளை விளம்பரப்படுத்திக் கொள்பவர்களும், பெரிய தொழிலதிபர்களும்தான் ஏற்றுமதி செய்யமுடியும் என்பதில்லை.

குடிசைத் தொழிலாக இருந்தாலும் தரமான தயாரிப்புகளை சர்வதேசப் போட்டியை சமாளிக்கும் விலைக்கு தந்தால் நீங்களும் ஏற்றுமதியில் வெற்றிபெற முடியும்.

ஏற்றுமதியாளர் ஆவதால் என்ன லாபம்?

- நாட்டுக்கு மிகவும் தேவையான அந்நியச் செலாவணி (Foreign Exchange) பெற்றுத் தருகிறீர்கள்.
- உங்களுடைய வியாபாரம் பெருகுகிறது.
- ஏற்றுமதி மூலம் நீங்கள் சம்பாதிக்கும் லாபத்திற்கு வருமான வரிச் சலுகைகள் உண்டு.
- விற்பனை வரி கட்ட வேண்டாம். ஆயத்தீர்வை கிடையாது. அப்படிக் கட்டியிருந்தாலும் திரும்பப் பெற இயலும். அரசின் பிற சலுகைகள் கிடைக்கும்.

2. தமிழ்நாடும் – ஏற்றுமதியும்

தமிழ்நாட்டிலிருந்து ஏற்றுமதி எந்த அளவுக்கு நடக்கிறது?

2007-08ம் வருடத்தில் தமிழ்நாட்டிலிருந்து மொத்தம் ஏற்றுமதியான பொருட்களின் மதிப்பு ரூ.91762 கோடியாகும். இது இந்தியாவின் மொத்த ஏற்றுமதி மதிப்பில் 13.99 சதவிகிதம் ஆகும்.

எந்தெந்தப் பொருட்கள் தமிழ்நாட்டிலிருந்து அதிகம் ஏற்றுமதியாகின்றன?

ஆயத்த ஆடைகள், துணி வகைகள், தோல் பொருட்கள், இன்ஜினியரிங் பொருட்கள், கம்ப்யூட்டர் சாப்ட்வேர், மரைன் பொருட்கள், கைத்தறித் துணிகள், கிரானைட் கற்கள், முட்டை, மசாலா சாமான்கள் ஆகியவைகள் தமிழ்நாட்டிலிருந்து அதிகம் ஏற்றுமதி செய்யப்படுகிறது.

பெரும்பான்மையான பொருட்கள் சென்னை, திருச்சி, கோவை, தூத்துக்குடி போன்ற ஊர்களிலிருந்து ஏற்றுமதி செய்யப்படுகின்றன. ஏற்றுமதியாகும் பொருட்கள் உற்பத்தியாகும் இடங்களை கீழே காண்போம்.

தமிழ்நாட்டிலிருந்து ஏற்றுமதியாகும் பொருட்கள், அவை உற்பத்தியாகும் இடங்கள்

ஊர்	பொருட்கள்
திருப்பூர்	ஆயத்த ஆடைகள்
கோயம்புத்தூர்	காட்டன் டெக்ஸ்டைல்ஸ், கைத்தறித் துணிகள், மரம், அரிசி, காபி, எந்திரங்கள், காட்டன்
கடலூர்	ரசாயனப் பொருட்கள் (கெமிக்கல்ஸ்), பேப்பர், உரங்கள் நிலக்கடலை, மீன்
விருத்தாச்சலம்	நிலக்கடலை

குறிஞ்சிப்பாடி	கைத்தறித் துணிகள்
நெல்லிக்குப்பம்	மிட்டாய், ஜீனி
பண்ருட்டி	முந்திரிப்பருப்பு
தர்மபுரி, தேன்கனிக்கோட்டை	புளி, பட்டு
ஓசூர்	இயந்திர சாமான்கள், புளி, கட் பிளவர்ஸ், பூ, பழங்கள்
ஹரூர்	காட்டன்
கிருஷ்ணகிரி	மாம்பழம்
ஈரோடு	கைத்தறித் துணிகள், பால் பொருட்கள், காட்டன், அரிசி மசாலா சாமான்கள், மஞ்சள்
காஞ்சிபுரம்	பட்டுச் சேலைகள்
கன்னியாகுமரி	மீன், மீன் பொருட்கள்
குழித்துறை	தேன், பனைப்பொருட்கள், ரப்பர்
நாகர்கோயில்	டெர்ரி டவல்கள், வேஷ்டிகள், டெம்பிள் ஜூவல்லரி, மூலிகைகள்
கரூர்	கைத்தறி மற்றும் விசைத்தறித் துணிகள், மஞ்சள், ஹோம் டெக்ஸ்டைல்ஸ், கிரானைட்
போடிநாயக்கனூர், கம்பம்	ஏலக்காய் மற்றும் வாசனைச் சாமான்கள்
ஆனையூர், பள்ளப்பட்டி	தீப்பெட்டிகள்
விஸ்வநாதம், சிவகாசி	வெடிகள், தீப்பெட்டிகள்
அருப்புக்கோட்டை	கைத்தறித் துணிகள்
சத்திரப்பட்டி, ராஜபாளையம்	பாண்டேஜ் கிளாத், காட்டன் யார்ன், சர்ஜிக்கல் காட்டன், கைத்தறி மற்றும் விசைத்தறித் துணிகள்

செட்டியார்பட்டி, தளவாய்புரம்	கைத்தறி மற்றும் விசைத்தறித் துணிகள்
சாத்தூர்	தீப்பெட்டிகள்
ஸ்ரீவில்லிபுத்தூர்	நூல், வெங்காயம், உரக்கலவைகள்
விருதுநகர்	ஏலக்காய், மிளகாய், கொத்தமல்லி விதைகள்
திருச்சி	செயற்கை வைரம், நகைகள்
சென்னை	கம்ப்யூட்டர் சாப்ட்வேர், கிரானைட், தோல் பொருட்கள், துணி வகைகள், ஆடைகள், உதிரிப் பாகங்கள், மீன், மருந்துப் பொருட்கள்
வேலூர்	தோல் பொருட்கள், பட்டுச் சேலைகள், கிரானைட்
தூத்துக்குடி	உப்பு, மீன், இயந்திர சாமான்கள்
ஆரணி	பட்டுச் சேலைகள், நெல், கைலிகள்
திருநெல்வேலி	பனைப்பொருட்கள், தீப்பெட்டிகள், விளையாட்டு சாமான்கள், கைவினைப் பொருட்கள், நிலக்கடலை
தஞ்சாவூர்	கைவினைப் பொருட்கள், காட்டன் சேலைகள், செயற்கை வைரம், நகைகள்
காரைக்குடி	எவர்சில்வர் பாத்திரங்கள், செட்டிநாடு கலைப்பொருட்கள்
ஆத்தூர்	ஜவ்வரிசி, சேமியா, சேமியா பொருட்கள்

சேலம்	காட்டன் துணிகள், மாம்பழம், கோழி, டெக்ஸ்டைல்ஸ், மரவள்ளிக் கிழங்கு
திண்டுக்கல்	பூட்டு, தோல் பொருட்கள், இரும்புப் பெட்டகங்கள், உணவுப் பொருட்கள்
சின்னமனூர்	சேலைகள்
நாமக்கல், ஆட்டையாம்பட்டி	கைத்தறித் துணிகள், முட்டை, கோழி
பாப்பாரப்பட்டி	விசைத்தறித் துணிகள்
குமாரபாளையம்	டெக்ஸ்டைல்ஸ்
நீலகிரி	தேயிலைப் பொருட்கள், காபி
மதுரை	ஆடைகள், நூல்
தர்மபுரி	கிரானைட்ஸ், மாம்பழக்கூழ், ஜவ்வரிசி

3. ஏற்றுமதியாளராகும் முன் கவனத்தில் கொள்ள வேண்டியவை என்னென்ன?

நீங்கள் பலவகையான பொருட்கள் தயாரிப்பவராக இருந்தால் அதிலிருந்து மிகச்சிறந்த இரண்டு அல்லது மூன்று பொருட்களை மட்டும் ஏற்றுமதிக்கு தேர்ந்தெடுங்கள். சிறிது சிறிதாக ஏற்றுமதி செய்யும் பொருட்களை அதிகப்படுத்துங்கள்.

உங்களுடைய பொருட்களுக்கு எந்தெந்த நாடுகளில் தேவை இருக்கின்றது என்பதை அறிந்துகொண்டு அதிலிருந்து இரண்டு அல்லது மூன்று நாடுகளை மட்டும் முதலில் தேர்ந்தெடுங்கள்.

ஏற்றுமதிப் பொருட்களுக்கு விலை நிர்ணயம் செய்வது என்பது கத்தி மேல் நடப்பது போன்றது. அதிக லாபம் எதிர் பார்க்காமல் விலை நிர்ணயம் செய்யுங்கள். பல ஏற்றுமதியாளர்கள், கிடைக்கப் போகும் அரசு சலுகைகளை மனதில் வைத்து உள்நாட்டில் விற்கும் விலைக்கோ அல்லது அதைவிட சிறிது குறைத்தோ நிர்ணயம் செய்கிறார்கள். நீங்கள் அனுப்பும் பொருட்களை வேறு பல நாடுகளில் இருந்தும் ஏற்றுமதி செய்பவர்கள் இருக்கிறார்கள் என்பதை கவனத்தில் கொள்ள வேண்டும்.

ஏற்றுமதி என்பது நீண்ட கால முதலீடு என்பதை நினைவில் வையுங்கள்.

குறுகிய காலத்தில் பணம் சம்பாதிக்க வேண்டும் என்ற எண்ணத்தில் ஏற்றுமதியில் இறங்காதீர்கள்.

ஏற்றுமதியில் பொருட்களின் தரம், நேரம் தவறாமை ஆகியவை உங்களின் இரு கண்களாக இருக்கட்டும். முதலில் நீங்கள் அதிகம் லாபம் அடையவில்லையென்றாலும், இவை இரண்டிலும் முழு கவனம் செலுத்தினால் தொடர்ந்து உங்கள் வியாபாரம் பெருகி லாபம் அதிகரிப்பது நிச்சயம்.

ஏற்றுமதிக்கு மிகச் சிறந்த தகவல் தொடர்பு அவசியம். இதில் கஞ்சத்தனம் காட்டக்கூடாது. உங்கள் கம்பெனிக்கு என தொலை பேசி / பேக்ஸ் / மொபைல் எண், ஈமெயில் முகவரி ஆகியவை அவசியம் தேவை.

கம்ப்யூட்டர் இல்லாவிட்டால் கூட ஈமெயில் வசதி ஏற்படுத்திக் கொள்ளலாம். தனியார் ஈமெயில் சென்டர்கள் அதிகம் வந்துள்ளன. அங்கு சென்று உங்களுக்கு என ஒரு ஈமெயில் அக்கவுண்ட் தொடங்கலாம். இலவசமாகக்கூட ஈமெயில் ஏற்படுத்தும் வசதி உள்ளது. இரண்டு நாட்களுக்கு ஒரு முறை சென்று உங்களுக்கு ஏதேனும் செய்தி வந்துள்ளதா என்று பார்த்துக் கொள்ளலாம். ஈமெயில் இயக்கத் தெரியவில்லையே என்று நினைப்பவர்கள்கூட அதைக் கற்றுக் கொள்வது எளிது.

பல சமயங்களில் (100க்கு 95 சதவீதம்) நீங்கள் இறக்குமதியாளர்களை நேரில் பார்க்கும் சந்தர்ப்பம் கிடைக்காது. ஆகவே ஏற்றுமதிக்கு தகவல் பரிமாற்ற சாதனங்கள் அவசியமானது.

இன்டர்நெட் இன்று பலரின் தாரக மந்திரம். இது வீட்டுக்குள்ளேயே ஒரு உலகத்தை ஏற்படுத்தித் தந்துவிடும். உங்களுக்குத் தேவையான விபரங்கள் அனைத்தும் விரல் நுனியில் வேண்டுமானால் உங்களுக்கு இன்டர்நெட் இணைப்பு அவசியம் தேவை.

இன்றே, இப்போதே ஒரு இன்டர்நெட் மையத்துக்கு செல்லுங்கள். அடிப்படைகளை கற்றுக் கொள்ளுங்கள். இது மிகவும் சுலபம். உங்களுக்கு ஒரு பிரகாசமான ஏற்றுமதிக்கான எதிர்காலம் காத்திருக்கிறது.

இன்டர்நெட்டில் உங்கள் நிறுவனத்திற்கான தகவல் தளத்தை (Website) மிகக்குறைந்த செலவில் நீங்கள் அமைக்கலாம். இதன் மூலம் நீங்கள் எதிர்பாராத நல்ல ஏற்றுமதி வாய்ப்புகள் கிடைக்கும்.

4. ஏற்றுமதியாளராக அடிப்படைத் தேவைகள் என்னென்ன?

நிறுவனப் பெயர்: நீங்கள் முன்பே ஒரு நிறுவனம் நடத்தி வந்தால், அதே நிறுவனத்தின் பெயரிலேயே ஏற்றுமதியும் செய்யலாம். புதிதாக நிறுவனம் ஆரம்பிப்பவராக இருந்தால், உங்கள் நிறுவனப் பெயர் இண்டர்நேஷனல் (International), ஓவர்சீஸ் (Overseas), எக்ஸ்போர்ட்ஸ் (Exports) என்று ஏதாவது ஒன்றில் முடியுமாறு இருந்தால் நல்லது. இது நீங்கள் ஏற்றுமதி வியாபாரத்தில் உள்ளீர்கள் என்பதை சுட்டிக்காட்ட உதவும்.

அதேபோல் உங்கள் நிறுவனத்தின் அலுவலகம் சிறிய ஊரில் இருப்பதைவிட பெரிய ஊரில் இருப்பது நல்லது.

கடிதத்தாள்: உங்கள் நிறுவனத்தின் கடிதத்தாள் (Letter head) உங்கள் நிறுவனத்தைப் பற்றிப் பேச வேண்டும். எனவே, அது அழகாக அச்சிடப்பட வேண்டியது அவசியம். சிறந்த தாளில் முழு முகவரியோடு, தொலைபேசி எண், பேக்ஸ் எண், ஈமெயில் முகவரி, மொபைல் எண், வெப்சைட் முகவரி ஆகியவை இருக்க வேண்டியது அவசியம்.

நிறுவன அமைப்பு: இதுவரை நீங்கள் நிறுவனமே தொடங்கவில்லையென்றால் உங்கள் நிறுவனத்தை தனி நபர் நிறுவனமாகவோ (Proprietorship) அல்லது கூட்டு நிறுவனமாகவோ (Partnership) தொடங்கலாம். (கம்பெனி மாதிரி தொடங்க விருப்பமுள்ளவர்கள் உங்கள் ஆடிட்டரை கலந்து ஆலோசிக்கவும்)

நீங்கள் தனிநபர் நிறுவனமாகத் தொடங்கினால்

1. ஆரம்பிப்பது சுலபம்
2. தீர்மானங்கள் உடனடியாக எடுக்கலாம்
3. அதிகம் அரசுக் கட்டுப்பாடுகள் இல்லை
4. வியாபார ரகசியம் காக்கப்படுகிறது

5. நடவடிக்கைகளை அவ்வப்போது மாற்றிக் கொள்ளலாம்.
6. அதிக மூலதனம் தேவையில்லை. வீட்டிலேயே தொடங்கலாம்.

கூட்டு நிறுவனமாக தொடங்கினால்

1. குறைந்தபட்சம் 2 பார்ட்னர்களும் அதிகபட்சமாக 20 பார்ட்னர்களும் சேரலாம்.
2. ஒப்பந்தம் (Agreement) போடவேண்டும்.
3. கூட்டுத்தொழில் (Partnership) ஒப்பந்தத்தை பதிவு செய்தல் நல்லது. இதற்கு சார்பதிவாளர் அலுவலகத்தில் குறிப்பிட்ட படிவங்களை பூர்த்திசெய்து, அதற்கான பதிவுக் கட்டணமும் செலுத்த வேண்டும்.
4. இரண்டுக்கு மேற்பட்டவர்கள் சேருவதால் அதிக மூலதனம் கிடைக்கிறது. அவர்களின் யோசனைகளும் கிடைக்கிறது.
5. லாப/நஷ்டங்கள் பங்குதாரர்களுக்கிடையே பிரிக்கப்படுகிறது.

வங்கிக் கணக்கு: ஒரு வங்கியில் நடப்புக் கணக்கு (Current Account) இருப்பது அவசியம். உங்கள் வியாபார கணக்குகளை ஒரே வங்கி மூலமாகவே செய்து வந்தால் மிகவும் நல்லது. ஏனெனில் பின்னர் அதே வங்கியில் தேவையெனில் நீங்கள் கடன் வாங்க எளிதாக இருக்கும். வங்கிக்கும் உங்கள் மேல் நம்பிக்கை வரும்.

வங்கியை தேர்ந்தெடுக்கும்போது கவனம் தேவை. அந்த வங்கி, அந்நியச் செலாவணி நடவடிக்கையில் ஈடுபட்டிருக்கும் வங்கியா? அவர்களால் உங்கள் ஏற்றுமதி குறித்து வங்கி சம்பந்தப் பட்ட சந்தேகங்களை தீர்க்க முடியுமா? என்று விசாரித்து கணக்கு தொடங்கவும். வங்கி உங்களுக்கு ஆலோசனை கூறும் வங்கியாக இருக்க வேண்டும்.

இறக்குமதியாளர் – ஏற்றுமதியாளர் எண் (Importer Exporter Code No.)

இறக்குமதி ஏற்றுமதி வணிகம் தொடங்குமுன் அதற்கான குறியீட்டு எண் (IEC No.) பெறுவது அவசியம்.

இதற்கான விண்ணப்பத்தை பூர்த்தி செய்து அத்துடன் கீழ்க்கண்டவற்றை இணைக்க வேண்டும்.

அ) உங்கள் நிறுவனம் பற்றிய விபரக் குறிப்பு (Profile)

ஆ) ரூ.250/-க்கான வங்கி வரைவுக் காசோலை (Demand Draft)

இ) நீங்கள் கணக்கு வைத்துள்ள வங்கியிலிருந்து ஒரு அத்தாட்சிக் கடிதம்.

ஈ) உங்களின் இரண்டு புகைப்படங்கள், வங்கி அதிகாரிகளால் அத்தாட்சி (Attested) செய்யப்பட்டது.

உ) விண்ணப்பதாரரின் உறுதிமொழிக் கடிதம்

ஊ) வருமான வரித்துறையால் உங்களுக்கு அளிக்கப்பட்டுள்ள பர்மனன்ட் அக்கவுண்ட் நெம்பர் (PAN) அட்டையின் நகல்.

எ) உங்கள் நிறுவன கடிதத் தாளில் (Letter head) I.E.C. நம்பர் தருமாறு கேட்டு ஒரு கடிதம்.

இவற்றை உங்கள் அருகாமையிலுள்ள உரிமம் (Licence) வழங்கும் DGFT (டைரக்டர் ஜெனரல் ஆப் ஃபாரின் டிரேட்) வட்டார அலுவலகத்தில் சமர்ப்பிக்க வேண்டும்.

DGFT அலுவலக முகவரிகள்

மாவட்டங்கள்	விண்ணப்பிக்க வேண்டிய முகவரி
கோவை, நீலகிரி, பெரியார் சேலம், கரூர், நாமக்கல்	The Joint Director General of Foreign Trade, India Life Building (Annex) First Floor, Trichy Road Coimbatore - 641 018. Tel: 0422 - 2300947 Fax: 0422 - 2300846
மதுரை, தேனி, திண்டுக்கல், இராமநாதபுரம், ராமநாதபுரம், விருதுநகர், சிவகங்கை, திருநெல்வேலி, தூத்துக்குடி மற்றும் கன்னியாகுமரி	The Joint Director General of Foreign Trade, Plot No.117, Kamarajar 1st Main, K.K. Nagar, Madurai - 625 020. Tel: 0452 - 2586485

பாண்டிச்சேரி, மாஹே காரைக்கால், ஏனாம், ராமசாமி படையாட்சி, தென் ஆற்காடு	The Joint Director General of Foreign Trade, Bharathi Street, P.O. Box No.14 Pondicherry - 605 001 Tel: 0413 - 2226311, Fax: 2226311
மற்ற மாவட்டங்களுக்கு	The Zonal Joint Director General of Foreign Trade, Shastri Bhavan, Haddows Road, Nungambakkam Chennai - 600 006 Tel: 044-28283404 Fax: 044-28283403

ஏற்றுமதி மேம்பாட்டுக்குழு உறுப்பினர்

ஏற்றுமதியாளர்கள் என்ன பொருள் ஏற்றுமதி செய்யப் போகிறோம் என்று முடிவெடுத்த பின் அதற்கான மேம்பாட்டுக் குழு (Export Promotion Council) அல்லது பொருள் வாரியத்தில் (Commodity Board) உறுப்பினராக சேருவது நல்லது.

ஏற்றுமதிக்கான சலுகைகளும் மற்ற உதவிகளும் இதில் உறுப்பினராவதால் கிடைக்கும். உறுப்பினராவது அவசியம்.

நீங்கள் ஏற்றுமதி செய்யும் பொருள் எந்த மேம்பாட்டுக் குழுவில் அல்லது வாரியக் குழுவில் வருகிறது எனப் பார்த்து அதில் உறுப்பினராக வேண்டும். நீங்கள் ஒன்றுக்கு மேற்பட்ட பொருட்கள் ஏற்றுமதி செய்பவராக இருந்தால், எந்தப் பொருளை முக்கியமாக ஏற்றுமதி செய்கிறீர்களோ அதற்கான ஏற்றுமதி மேம்பாட்டுக் குழுவில் உறுப்பினராகலாம். நீங்கள் ஏற்றுமதி செய்யும் பொருள் எந்த மேம்பாட்டுக் குழுவிலும் அல்லது வாரியக் குழுவிலும் வரவில்லை என்றாலும், பல ஏற்றுமதி மேம்பாட்டுக்குழுவில் வரும் பொருட்களை ஏற்றுமதி செய்பவராக இருந்தாலும் அல்லது தங்கள் நிறுவனம் ஏற்றுமதிக்கான அரசு அங்கீகாரம் பெற்ற நிறுவன மாகவோ அல்லது 100 சதவீத ஏற்றுமதி நிறுவனமாகவோ இருந்தால் நீங்கள் இந்திய ஏற்றுமதி நிறுவனங்களின் கூட்டமைப்பில் (Federation of Indian Export Organisations) உறுப்பினராகலாம்.

நீங்கள் எந்த அமைப்பில் உறுப்பினராக வேண்டும் என்று முடிவெடுத்தவுடன் அந்த அமைப்பின் முகவரிக்கு கடிதம்

எழுதினால் தாங்கள் உறுப்பினராகத் தேவையான விண்ணப்ப படிவம் அனுப்புவார்கள். எப்படி உறுப்பினராக வேண்டும், என்னென்ன படிவங்கள் இணைக்கப்படவேண்டும் என்றும் கூறுவார்கள் அல்லது அந்த ஏற்றுமதி மேம்பாட்டுக் குழுவின் இணையதளத்தில் சென்று பாரங்களை டவுன்லோட் செய்து கொள்ளலாம்.

இறக்குமதியாளர் - ஏற்றுமதியாளர் எண் (I.E.C Code) வாங்கியபின்தான், ஏற்றுமதி மேம்பாட்டுக்குழு / பொருள் வாரியத்தில் உறுப்பினராக முடியும்.

இந்தியாவில் பல ஏற்றுமதி மேம்பாட்டுக் கழகங்களும், பொருள் வாரியங்களும் உள்ளன. உங்கள் வசதிக்காக முக்கியமான வற்றின் அகில இந்திய அலுவலக முகவரியும், தமிழ்நாடு அல்லது தென்பிராந்திய அலுவலக முகவரியும் கொடுக்கப்பட்டுள்ளது.

5. ஏற்றுமதி மேம்பாட்டுக் குழு/வாரியப் பட்டியல்
(LIST OF EXPORT PROMOTION COUNCILS / COMMODITY BOARDS)

S.No.	Name of the Export Promotion Council / Commodity Board (மேம்பாட்டுக் குழு / வாரியப்பெயர்கள்)	Address of the Regd. Office of the Council (தலைமை அலுவலக முகவரி)	Address of the Regional Offices of the Council (தென் பிராந்திய / தமிழ்நாடு அலுவலக முகவரி.)	Products (பொருட்கள்)
1.	Agricultural and Processed Food Product Export Development Authority (APEDA) (விவசாய மற்றும் பக்குவப்படுத்தப்பட்ட உணவுப் பொருட்கள் ஏற்றுமதி மேம்பாட்டுக் குழு)	Siri Institutional Area August Kranti Marg. New Delhi - 110 016 Tel: (011) 26514572 (011) 26513204 (011) 26534186 Fax: (011) 26526187	12/1/1 Place Cross Road Bangalore - 560 020 Tel: (080) 23343425 Fax: (080) 23364560	விவசாயம் மற்றும் விவசாயம் சம்பந்தப்பட்ட மற்றும் பதப்படுத்தப்பட்ட பொருட்கள், காய், கனிகள் மற்றும் அது சார்ந்த பொருட்கள், மாமிசம் மற்றும் அது சார்ந்த பொருட்கள், கோழி மற்றும் அது சார்ந்த பொருட்கள், பால் மற்றும் அது சார்ந்த பொருட்கள், மிட்டாய், பிஸ்கட் மற்றும் பேக்கரி தயாரிப்புகள், சாக்லெட், மதுபானம், தானிய தயாரிப்புகள், வேர்க்கடலை, அக்ரோட்காய், ஊறுகாய், அப்பளம், அரிசி (பாஸ்மதி அரிசி தவிர)

2.	Apparel Export Promotion Council (ஆயத்த ஆடைகள் மேம்பாட்டுக்குழு)	Apparel House, A-223, Okhla Industrial Area, Phase I New Delhi - 110 020. Tel: (011) 2637721	116B, Vallalar Street, Mugappair West Chennai 37 Tel: (044) 26254216 No.1,3rd Street, Indira Nagar, Off Avinashi Road Tirupur - 641 603 (Tamil nadu) (Tel: (0421) 2232631	ஆயத்த ஆடைகள் தயாரிப்பவர்கள் (கம்பளி, தோல், பட்டு, சணல் ஆடைகள் தயாரிப்பவர்கள் தவிர)
3.	Basic Chemicals, Pharmaceuticals & Cosmetics Export Promotion Council (அடிப்படை ரசாயனப் பொருட்கள், மருந்துப் பொருட்கள் மற்றும் அழகு சாதனப் பொருட்கள் மேம்பாட்டுக்குழு)	Jhansi Castle, 4th Floor, 7, Cooperage Mumbai - 400 039 Tel: (022) 22021288 (022) 22021330 (022) 22825861 Fax: (022) 22026684	23/1&2, 5th Main Road, 3rd Cross, Gandhi Nagar Bangalore - 560 009 Tel: (080) 22269037 (080) 22260446	அடிப்படை ரசாயனப்பொருட்கள் மருந்துமற்றும் மருந்து தயாரிப்புப் பொருட்கள், சாயங்கள், இடைநிலை ஊக்கிகள், எரிசாராயம், நிலக்கரி தார், ரசாயனம் மற்றும் ஆர்கானிக் ரசாயனப் பொருட்கள், விவசாய ரசாயனப் பொருட்கள், கிளிசரின், சோப்பு மற்றும் அழகு சாதனப் பொருட்கள், பவுடர், ஊதுபத்தி, அத்தியாவசிய எண்ணெய்கள், செயற்கை முறையில் தயாரிக்கப்பட்ட உலர்ந்த பொருட்கள், சுத்திகரிக்கப்படாத மருந்துகள் (Crude Drugs), மூலிகைகள்.

4.	The Cashew Export Promotion Council of India (முந்திரி ஏற்றுமதி மேம்பாட்டுக் குழு)	P.B. No. 1709 Chittor Rd Ernakulam South, Cochin - 682 016 Tel: (0484) 2376459			முந்திரி, முந்திரிக்கொட்டை ஓடு மூலம் கிட்டும் எண்ணெய் மற்றும் அது சார்ந்த பொருட்கள் ஏற்றுமதி செய்பவர்கள்
5.	Coffee Board (காபி வாரியம்)	1.Dr. Ambedkar Veedhi Bangalore - 560 001 Tel: 080-22266991			காப்பிக்கொட்டை ஏற்றுமதி செய்பவர்கள்
6.	Coir Board (கயிறு வாரியம்)	Coir House, M.G. Road Ernakulam South Kochi - 682 016 Tel: (0484) 2351807	5, Azhagappa Layout Venkatesa Colony Pollachi - 642 001 Tel: (04259) 222450		கயிறு மற்றும் கயிறு சம்பந்தப்பட்ட பொருட்கள் ஏற்றுமதி செய்பவர்கள்
7.	The Cotton Textiles Export Promotion Council (பருத்தித் துணிகள் ஏற்றுமதி மேம்பாட்டுக் குழு)	Engineering Centre, 5th Floor 9, Mathew Road Mumbai - 400 004 Tel: (022) 23632910-12 Fax: (022) 23632914	No.F, II Floor Mount Chambers 758, Mount Road Chennai - 600 002 Tel: (044) 28525486	Jayanthi, II Floor 48-A, S.S. Moorthy Street, Tuticorin 628 002 (TN)	பருத்தித் துணிகள் ஏற்றுமதி செய்பவர்கள்
			Mayur Complex 20, Palaniappa Street Erode - 638 009	II Floor 593, Cross Cut Road Gandhipuram Coimbatore 641 012.	

8.	Federation of Indian Export Organisations (FIEO) (இந்திய ஏற்றுமதி நிறுவனங்களின் கூட்டமைப்பு)	Nirayabhavan Rao Tula Ram Marg Opp. Army Hospital New Delhi - 110057 Tel: (011) 26148194	Spencer Plaza Unit No.706 7th Floor, 769 Anna Salai Chennai - 600 002 Tel: (044) 28497766	ஏற்றுமதிக்கான அரசாங்க அங்கீகாரம் பெற்ற நிறுவனங்கள் / 100 சதவிகித ஏற்றுமதி நிறுவனங்கள் மற்றும் வேறு எந்த ஏற்றுமதி மேம்பாட்டுக் குழுவிலும் / வாரியத்திலும் வராத பொருட்களை ஏற்றுமதி செய்பவர்கள். ஒன்றுக்கும் மேற்பட்ட ஏற்றுமதி மேம்பாட்டுக் குழுவில் வரும் பொருட்களை ஏற்றுமதி செய்பவர்கள்
9.	The Gem & Jewellery Export Promotion Council (நவரத்தினம் மற்றும் நகைப் பொருட்கள் ஏற்றுமதி மேம்பாட்டுக் குழு)	Diamond Plaza, 5th A, Dr.D.B. Marg. Mumbai - 400 004 Tel: (022) 23821801	Ankur Plaza 3rd Floor, 52, G.N. Chetty Road T.Nagar, Chennai - 600 017 Tel: (044) 28155180	நவரத்தினம் மற்றும் நகைப் பொருட்கள்
10.	Export Promotion Council for Handicrafts (கைவினைப் பொருட்கள் ஏற்றுமதி மேம்பாட்டுக் குழு)	Plot No.1, Pocket 6 and 7 Sector-C, LSC, Vasant kunj New Delhi - 110 070 Tel: (011) 26135256 (011) 26135257 (011) 26135258 Fax: 91-11-26135518	EBCN HOUSE 3rd Floor, Shastri Bhavam, Haddows Road Nungambakkam, Chennai - 600006	கைவினைப் பொருட்கள்
11.	The Handloom Export Promotion Council (கைத்தறி ஏற்றுமதி மேம்பாட்டுக்குழு)	34, Cathedral Garden Rd Nungambakkam Chennai - 600 034 Tel: (044) 28278879 (044) 28276043 Fax: 0091-44-28271761		படுக்கை விரிப்புகள், துண்டுகள் மற்றும் கைத்தறி உற்பத்திப் பொருட்கள்

12.	Council for Leather Exports (தோல் பொருட்கள் ஏற்றுமதி மேம்பாட்டுக்குழு)	III Floor, CMDA Tower II, Gandhi Irwin Bridge Road Egmore, Chennai - 8 Tel: (044) 28594367 Fax: (044) 28594363			பூர்த்தியான தோல் மற்றும் தோல்பொருட்கள்
13.	The Marine Products Export Development Authority (கடல் பொருட்கள் ஏற்றுமதி வளர்ச்சி நிறுவனம் ஆணையகம்)	P.B.No.1663 MPEDA House Panampilly Avenue Kochi - 682 036 Tel: (0484) 2311979 Fax: 0091-0484-2313361	AH125, 8th Main Road Santhi Colony Anna Nagar Chennai - 40 Tel: (044) 26269192	106-J-37, II Street Millerpuram Tuticorin 628 008 Tel: 2310602	கடல்வழிப் பொருட்கள், மீன் அது சார்ந்த பொருட்கள் ஏற்றுமதி செய்பவர்கள்
14.	Overseas Construction Council of India (இந்திய வெளிநாட்டு கட்டுமானக் குழு)	Commerce Centre (7th Floor) Tardeo Road Mumbai - 400 034 Tel (022) 4943243 (022) 4942344			வெளிநாட்டில் நடக்கும் கட்டுமானப் பணிகள் செய்பவர்கள்
15.	Spices Board (மசாலா பொருட்கள் வாரியம்)	Sugandha Bhawan N.H. Bypass P.B.No. 2277 Palarivattom P.O. Cochin - 682 025 Tel: (0484) 2333610-616	11/3008, 1 Floor II Street 13th Main Road Z-Block Santhi Colony Chennai - 40 (Tel: (044) 26201342	Kurangani Road Bodinayakanur - 626 513 6 Ground Floor Chidambaranagar 5th Street Tuticorin - 628 008	மசாலா விளைபொருட்கள் மற்றும் மசாலாப் பொடிகள்

16.	Tea Board (தேயிலை வாரியம்)	14 Biplabi Trallokya Maharaja Sarani (Brabourne Road) Kolkatta - 700 001 Tel: (033) 22351411 Fax: (033) 22315715	No.139, Eldams Road, 2nd Floor, Teynampet, Chennai - 600 002	'Shelwood' Coonoor Library Road P.B.No.6 Coonoor - 643 101 Nilgiris (South India)	தேயிலை
17.	The Powerloom Development and Export Promotion Council (PDEXCIL) (விசைத்தறி கைத்தறித் துணி ஏற்றுமதி மேம்பாட்டுக்குழு)	GC2, Ground Floor Gundecha Enclave Kherani Road Sakinaka Andheri East Mumbai - 72	Mayum Complex 20, Plaaniappa St, Erode - 638 009		விசைத்தறி, பருத்தித்துணிகள்
18.	Jute Manufacturers Development Council (சணல் மற்றும் அது சார்ந்த பொருட்கள் தயாரிப்பாளர்கள் வளர்ச்சிக் குழு)	3A Park Plaza, 71 Park Street Kolkatta - 700 016 Tel: (033) 22277749			சணல் மற்றும் அது சார்ந்த பொருட்கள்

6. ஏற்றுமதிக்கான பொருள் தேர்ந்தெடுத்தல் (Export Product)

ஏற்றுமதிக்கான பொருட்களை தேர்ந்தெடுக்கும் முன் சிறப்பான திட்டமிடுதல் (Planning) அவசியம். சதுரங்கம் விளையாடும்போது, விளையாடுபவர் எவ்வாறு 10 முதல் 15 நகர்த்தல்கள் (Moves) வரை முன்பே யோசித்து வைத்திருப்பதைப்போல சிறப்பான திட்டமிடுதல் உங்கள் ஏற்றுமதியின் வெற்றிக்கு வழி வகுக்கும்.

பொருட்களை தேர்ந்தெடுக்கும்முன் கீழ்க்கண்டவைகளை நினைவில் வைத்துக்கொள்ளுங்கள்.

- முன் கூறியபடி நீங்கள் பல பொருட்கள் தயாரிப்பவராக இருந்தால், அதிலிருந்து சிறப்பான இரண்டு அல்லது மூன்று பொருட்களை மட்டும் ஏற்றுமதிக்கு தேர்வு செய்யுங்கள். படிப்படியாக பொருட்களை அதிகப்படுத்திக் கொள்ளலாம்.
- நீங்கள் ஏற்றுமதி செய்யப்போகும் பொருட்களைப் பற்றிய அனைத்து விபரங்களையும் தெரிந்து வைத்துக்கொள்ளுங்கள். அதற்கு மூலப்பொருட்கள் என்னென்ன? எப்படித் தயாரிக்கப்படுகிறது? போன்ற விபரங்களை உங்களிடமிருந்து பொருட்களை வாங்குபவர் கேள்வி கேட்கும் பட்சத்தில் நீங்கள் உடனடியாக பதிலளிக்க வேண்டும்.
- நீங்களே தயாரிக்கும் பொருளாக இருக்கும் பட்சத்தில், உங்கள் கம்பெனிக்கு அப்பொருளை தயாரிக்கும் திறன் எவ்வளவு? மூலப் பொருட்கள் தொடர்ந்து கிடைக்குமா? என்று தெரிந்து வைத்துக்கொள்ளுங்கள். இது நீங்கள் எவ்வளவு ஆர்டர் எடுக்கலாம் என்று நிர்ணயிக்க உதவும்.
- சில சமயங்களில் நீங்கள் எதிர்பார்த்ததைவிட அதிகமாக ஆர்டர் கிடைத்து, அதை குறைந்த கால அவகாசத்தில் நிறைவேற்ற வேண்டும் என்ற கட்டாயம் ஏற்படும்போது

வேறு கம்பெனிகளிலிருந்து நீங்கள் தயாரிக்கும் அளவு தரமான பொருள் கிடைக்குமா என்று தெரிந்து வைத்துக் கொள்ளுங்கள்.

நீங்கள் ஏற்றுமதி செய்யும் பொருட்களுக்கு உள்நாட்டில் (இந்தியாவில்), வெளிநாட்டில் உள்ள லைசென்ஸ் (Licence), விதிமுறைகள் பற்றி தெரிந்து கொள்ளுங்கள். இதற்கு நீங்கள் சார்ந்துள்ள ஏற்றுமதி மேம்பாட்டுக் குழு (Export Promotion Council), வாரியக்குழு, சேம்பர் ஆப் காமர்ஸ், இணைய தளங்கள் (Websites), முன்பு ஏற்றுமதி செய்தவர்கள், ஏற்றுமதி - இறக்குமதி கன்சல்டெண்ட் (Export-Import Consultant) உதவி புரிவார்கள்.

இந்திய அரசாங்கத்தின் ஏற்றுமதி - இறக்குமதி கட்டுப்பாடு களை தெரிந்துகொள்ள அரசாங்க வெளியீடான கீழ்க்கண்ட புத்தகங்கள் உதவும்.

1. Export - Import Policy
2. Handbook of Procedures

இந்தப் புத்தகங்கள் ஒவ்வொரு வருடமும் வெளியிடப்படும். சுலபமான ஆங்கிலத்தில் எழுதப்பட்டுள்ள இப்புத்தகங்கள் உங்கள் கம்பெனிக்கு கட்டாயம் தேவை. விலையும் மிகவும் குறைவு. இந்தப் புத்தகங்கள் இணையத்தளங்களில் இலவசமாகவும் கிடைக்கிறது.

7. ஏற்றுமதியாளர் வகைகள்

நீங்கள் ஏற்றுமதியாளர் ஆக முடிவு செய்துவிட்டால், மற்றொன்றையும் முடிவு செய்யவேண்டும். நேரடி (Direct) ஏற்றுமதியாளராக விரும்புகிறீர்களா? அல்லது மறைமுக (Indirect) ஏற்றுமதியாளராக விரும்புகிறீர்களா?

தயாரிப்பாளர் ஏற்றுமதியாளர் (நேரடி ஏற்றுமதி)

நீங்கள் தயாரிக்கும் பொருட்களை நீங்களே ஏற்றுமதி செய்தால், நீங்கள் தயாரிப்பாளர் ஏற்றுமதியாளர் (Manufacturer Exporter) என்று அழைக்கப்படுவீர்கள். இந்த வகை ஏற்றுமதியில் சிரமங்கள் அதிகம். லாபமும் அதிகம். இது நேரடி ஏற்றுமதி (Direct Export) என அழைக்கப்படும். பெரும்பாலும் ஏற்றுமதி செய்பவர்கள் நேரடி ஏற்றுமதியாளராகத்தான் இருப்பார்கள். நேரடி ஏற்றுமதியாளராக இருந்தால் பொருட்கள் தயாரிப்பு, மார்க்கெட்டிங், ஆர்டர் பெறுதல், ஏற்றுமதி செய்து பணம் பெறும்வரை தயாரிப்பாளர் பொறுப்புதான். அதனால்தான் சிரமங்களும் அதிகம். லாபமும் அதிகம்.

நீங்கள் தயாரிக்கும் பொருட்களை வேறு யார் மூலமாவது ஏற்றுமதி செய்தால் அது மறைமுக (Indirect Export) ஏற்றுமதி எனப்படும். மறைமுக ஏற்றுமதியில் நீங்கள் யார் மூலம் ஏற்றுமதி செய்யலாம்...? என்பதைப் பார்க்கலாம்.

வணிக ஏற்றுமதியாளர் (Merchant Exporter)

உங்களைப்போல் பொருட்கள் தயாரிப்பவர்கள் பலரிடமிருந்து சரக்குகளை வாங்கி அவற்றை உங்கள் கம்பெனி பெயரிலோ அல்லது அவரது கம்பெனி பெயரிலோ ஏற்றுமதி செய்வார். இந்த வகை ஏற்றுமதியில் உங்களுக்கு கிடைக்கும் லாபங்கள்:

1. வெளிநாட்டு ஆர்டர் பெறுவது, ஏற்றுமதி செய்தபின் பணம் பெறுவது போன்ற சிரமங்கள் எடுக்க வேண்டாம். ஆனால் இந்தவகை ஏற்றுமதியில் லாபம் குறைவு.

2. சிறிது காலம் இவர்கள் மூலம் ஏற்றுமதி செய்து வந்தால் உங்கள் பொருட்களுக்கு வெளிநாட்டில் வரவேற்பு எப்படி இருக்கிறது என்று தெரிந்து கொள்ளலாம்.

3. ஏற்றுமதியாளர்களுக்கு கிடைக்கும் பிற சலுகைகளும் உங்களுக்கு இவர் மூலம் கிடைக்கும். இச்சலுகைகளுக்கு தகுந்த வகையில் ஒப்பந்தம் (Agreement) செய்துகொள்வது நல்லது. இது பின்பு சலுகைகள் உங்களுக்குக் கிடைக்காத பட்சத்தில் ஏற்படும் மனஸ்தாபங்கள் / தகராறுகள் ஆகியவைகளைத் தீர்க்க உதவும்.

இந்தியாவில் மறைமுக ஏற்றுமதி (Indirect Export) செய்பவர்கள் பலர். Merchant Exporter தவிர அரசு அங்கீகாரம் பெற்ற ஸ்டார் எக்ஸ்போர்ட் ஹவுஸ்களும் செய்கின்றனர்.

அரசு அங்கீகாரம் பெற்ற மேற்கண்ட ஏற்றுமதியாளர் பற்றிய விவரங்கள் / விலாசங்கள் இந்திய ஏற்றுமதிக் கழகக் கூட்டமைப்பில் (Federation of Indian Export Organisation - FIEO) இருந்து பெற்றுக் கொள்ளலாம். இதைப் படித்தவுடன் உங்களுக்கு ஒரு சந்தேகம் வரலாம். ஏன் நாம் மெர்ச்சண்ட் எக்ஸ்போர்ட்டர் ஆக முடியாதா? தாராளமாக ஆகலாம். இதுபோல் நூற்றுக்கணக்கான மெர்ச்சண்ட் எக்ஸ்போர்ட்டர்கள் பெரிய நகரங்களில் உள்ளனர். அவர்களைப் பற்றிய விபரங்களை இன்டர்நெட் சர்ச் (Search) மூலமாகவோ அல்லது நகரங்களில் வெளியிடப்படும் யெல்லோ பேஜஸ் (Yellow Pages) மூலமாகவோ தெரிந்து கொள்ளலாம். அப்படி யெல்லோ பேஜஸில் சென்று பார்க்கும்போது, எக்ஸ்போர்ட்டர்ஸ் (Exporters) என்ற பகுதிக்கு சென்று பொறுமையாகப் பார்க்க வேண்டும். பின் அவர்களுக்கு கடிதம்/ஈமெயில் எழுதி விபரங்கள் பெறலாம். அதன்பிறகு உங்களது கம்பெனியின் தயாரிப்புகளின் சாம்பிள்களை (Sample) அனுப்பி ஆர்டர்கள் பெற முயற்சிக்கலாம்.

8. ஏற்றுமதி வகைகள்

ஏற்றுமதியாளர்களில் உள்ள வகைகளைப் பற்றிப் பார்த்தோம். தற்போது ஏற்றுமதியில் (Exports) உள்ள வகைகளைப் பற்றிக் காண்போம்.

நம்மில் பலருக்குத் தெரிந்தது ஏற்றுமதியில் ஒரே ஒரு வகைதான். அதாவது வெளிநாட்டிற்கு சரக்குகளை அனுப்பி அதற்கான பணத்தைப் பெறுவது. இது Physical Exports என்று அழைக்கப்படுகிறது. இந்த முறையில் அனுப்பப்படும் சரக்குகளுக்கு அதிகபட்சமாக 6 மாதத்திற்குள் பணத்தைப் பெற வேண்டும். இவ்வகையில் விற்ற சரக்குகள் திரும்பப் பெறப்படமாட்டாது (விற்ற சரக்குகளில் குறையிருந்தால் சில சமயங்களில் திரும்ப பெற்றுக்கொள்வதுண்டு. பொதுவாக சரக்குகள் திரும்பப் பெறப்படமாட்டாது). இந்த முறையில்தான் பெரும்பாலான ஏற்றுமதி நடைபெறுகிறது. ஏற்றுமதியில் மற்ற வகைகளும் உண்டு. அவற்றைக் காண்போம்.

கன்சைன்மென்ட் ஏற்றுமதி (Consignment Exports)

தமிழில் சரக்கனுப்பு ஏற்றுமதி என்று அழைக்கப்படும். இதில் அனுப்பப்படும் சரக்குகள் விற்பனையாகாவிட்டால் திரும்பப் பெறப்படும் என்ற உத்தரவாதத்துடன் வெளிநாட்டில் இருக்கும் முகவருக்கு (Agent) சரக்கு அனுப்பப்படுகிறது. அவர் சரக்குகள் விற்க விற்க அதன் கணக்கையும், பணத்தையும் அனுப்புவார்.

வெளிநாட்டில் ஏலச்சந்தையில் விற்கப்படும் பொருட்களும், அழுகும் பொருட்களுமே இந்த வகையில் பெரும்பாலும் ஏற்றுமதி செய்யப்படுகிறது. உதாரணம் தேயிலை, மிளகு, பண்படாத காட்டன் (Raw Cotton) மற்றும் அழுகும் பொருட்களான பழவகைகள் ஆகியவை.

ஒரு உதாரணம் பார்ப்போம். ஆப்பிள், ஆரஞ்ச், திராட்சை போன்றவை ஏற்றுமதி செய்யும்போது விலை நிர்ணயம் செய்து அனுப்ப இயலாது. ஏனெனில் அங்கு அவைகளை எத்தனை நாட்களில் விற்க முடியும் என்று கணக்கிட முடியாது. மேலும்

பழங்கள் புதிதாக இருக்கும்போது கூடுதல் விலைக்கு விற்க முடியும். நாட்கள் போகப்போக விலை குறையும். 500 கிலோ திராட்சை துபாய்க்கு அனுப்பினீர்கள் என்றால் முதல் 200 கிலோ நல்ல பிரஷ்ஷாக இருப்பதால், கிலோ ரூ.100 வரை போகும். அடுத்த 200 கிலோ ரூ.75 வரை போகும். கடைசி 100 கிலோ அதைவிடக் குறைந்த விலைக்கு போகலாம் அல்லது விற்காமலேயே அழுகலாம். மொத்தம் விற்று வந்த தொகையை கணக்கு செய்து முகவர் (Agent) அவருடைய கமிஷனை கழித்துக்கொண்டு கணக்கும், பணமும் அனுப்புவார். இவ்வகை ஏற்றுமதியை ரிசர்வ் வங்கி அனுமதிக்கிறது.

வேர்ஹவுஸ் ஏற்றுமதி (Warehouse Exports)

இந்திய ஏற்றுமதியாளருக்கு வெளிநாட்டில் கிடங்கு வசதிகள் இருந்தால், சரக்குகளை அனுப்பி கிடங்கில் வைத்து விற்று பின்பு பணம் அனுப்பலாம். இது கிடங்கு அல்லது வேர்ஹவுஸ் ஏற்றுமதி எனப்படும்.

தீர்மானிக்கப்பட்ட ஏற்றுமதி (Deemed Exports)

வெளிநாட்டிற்கு சரக்குகள் சென்றால்தான் ஏற்றுமதி என்று பலர் நினைக்கிறோம். அது தவறு. அரசு குறிப்பிட்டுள்ள சில நிறுவனங்களுக்கு (Agencies), திட்டங்களுக்கு (Projects), அமைப்பு களுக்கு (Organisation) ஒப்பந்தம் (Contract) அல்லது துணை ஒப்பந்தம் (Sub-Contract) மூலம் பொருட்களை சப்ளை செய்யும் போது அது தீர்மானிக்கப்பட்ட ஏற்றுமதியாகக் கருதப்படுகிறது.

உதாரணமாக உலக வங்கி (IBRD), ஆசிய வளர்ச்சி வங்கி (ADB), பெட்ரோலியம் ஏற்றுமதி செய்யும் நாடுகளின் கூட்டமைப்பு (OPEC), பன்னாட்டு விவசாய அபிவிருத்தி நிதி (IFAD), ஐக்கிய நாடுகளின் கூட்டமைப்பு (UN) ஆகியவை ஸ்பான்ஸர் செய்த இந்தியத் திட்டங்களுக்கு செய்யப்படும் சப்ளைகள் (மேலே குறிப்பிட்டுள்ள பட்டியல் முழுமையானது அல்ல. உதாரணத்திற்காக கூறப்பட்டுள்ள முக்கியமான பெயர்கள்). மற்ற சில வகைகளில் இந்தியாவிற்குள் சப்ளை செய்தால் அவை தீர்மானிக்கப்பட்ட ஏற்றுமதியாகக் கருதப்படும். மற்ற சில வகை என்பதற்கு சில உதாரணங்கள் கீழே கொடுக்கப்பட்டுள்ளன.

ஒப்பந்தம் (Contract) அல்லது துணை ஒப்பந்தம் (Sub-Contract) மூலம் நீங்கள் 100 சதவிகித ஏற்றுமதி நிறவனங்களுக்கு

சரக்குகள் சப்ளை செய்யலாம். ஏற்றுமதிக்கென ஏற்படுத்தப் பட்டுள்ள வளாகங்களில் உள்ள நிறுவனங்களுக்கு சரக்குகள் சப்ளை செய்யலாம். தீர்மானிக்கப்பட்ட ஏற்றுமதியில் சப்ளை செய்யப் படும் பொருட்கள் இந்தியாவில் தயாரிக்கப்பட்டதாக இருக்க வேண்டும்.

திட்ட ஏற்றுமதி (Project Exports)

கீழ்க்கண்டவை திட்ட ஏற்றுமதியின் வகைகளாகும்.

அ. வெளிநாட்டில் ஒரு திட்டத்தை (ப்ராஜக்ட்) முழுமையாக காண்ட்ராக்ட் எடுத்து அதன் எல்லா வேலைகளையும் நிறைவேற்றித் தருவதால் (சிவில், மெக்கானிக்கல், எலக்ட்ரிக்கல்) இது டர்ன்கீ எக்ஸ்போர்ட் (Turnkey Export) எனவும் அழைக்கப்படும். (உதாரணம்) உங்களது கம்பெனி வெளிநாட்டில் ஒரு தொழிற்சாலையை நிர்மாணித்து தருவதற்கான ஒப்பந்தம் பெறுகிறது என்றால் அதன் அனைத்து வேலைகளையும் முடித்து, அந்தத் தொழிற் சாலையை இயக்க திறவுகோல் அவர்களிடம் நீங்கள் கொடுப்பதால் அதற்கு Turnkey Export என்று பெயர் வந்தது.

ஆ. சிவில் காண்ட்ராக்ட் வெளிநாட்டில் எடுத்து அதை முழுமை யாக நிறைவேற்றித் தருவது புராஜக்ட் ஏற்றுமதியில் ஒரு வகை (பாலம் கட்டுவது, அணை கட்டுவது போன்றவை).

இ. கனரக இயந்திரப் பொருட்களை நீண்டகாலக் கடனாக வெளிநாட்டிற்கு ஏற்றுமதி செய்வது.

சர்வீசஸ் ஏற்றுமதி (Services Exports)

நீங்கள் செய்யும் வேலைகளையே ஏற்றுமதி செய்தால் அது சர்வீசஸ் ஏற்றுமதி எனப்படும். (உ.ம்) நீங்கள் இந்தியாவில் ஒரு துறையில் ஆலோசனை வழங்கும் நிபுணராக உள்ளீர்கள் என்று கொள்வோம். வெளிநாட்டில் இருக்கும் ஒரு கம்பெனி உங்களிடம் அந்தத் துறை பற்றி ஆலோசனைகள் கேட்டு, அதற்காக நீங்கள் கூறும் ஆலோசனைகள் கூட ஏற்றுமதி எனக் கொள்ளப்படும். அதற்காக நீங்கள் பெறும் பணம் ஏற்றுமதிப் பணம் என்று கணக்கில் எடுத்துக்கொள்ளப்படும். அதுபோல் உங்கள் கம்பெனி வெளிநாட்டில் உள்ள நிறுவனங்களுக்கு திட்ட அறிக்கை, வரைபடங்கள் (டெக்னிகல் டிராயிங்ஸ்), டிசைன்ஸ், இன்ஜினியரிங் சர்வீசஸ் போன்றவை வழங்குவதும் இவ்வகை ஏற்றுமதியில் வரும்.

மாற்று வர்த்தகம் (Counter Trade)

உதாரணமாக சிரியாவில் உள்ள ஒரு நிறுவனம் இந்தியாவில் உள்ள ஒரு நிறுவனத்திற்கு உரம் ஏற்றுமதி செய்ய விரும்புகிறது. அதே சமயம் இந்தியாவிலுள்ள ஒரு நிறுவனத்தில் இருந்து இயந்திரங்களை இறக்குமதி செய்ய நினைக்கிறது. ஏற்றுமதிக்கான பணத்தைப் பெற்று, இறக்குமதிக்கான பணத்தை செலுத்தாமல் இந்தியாவில் ஒரு வங்கியில் எஸ்க்ரோ (Escrow) அக்கவுண்ட் ஓப்பன் செய்து ஏற்றுமதிக்கான பணத்தை வரவு வைத்து, இறக்குமதிக்கான பணத்தை அதிலிருந்து கொடுக்கும். இவ்வகை ஏற்றுமதி பழைய பண்டமாற்று வியாபாரத்தை உங்களுக்கு ஞாபகப்படுத்துகிறதா? ஓரளவுக்கு உங்கள் யூகம் சரிதான். இந்த ஏற்றுமதி / இறக்குமதிக்கு ரிசர்வ் வங்கியின் அனுமதி தேவை.

இயந்திரங்கள் குத்தகை, வாடகைக்கு ஏற்றுமதி

இயந்திரங்கள் மற்றும் தளவாடப் பொருட்களை வெளி நாட்டிற்கு குத்தகைக்கு அல்லது வாடகைக்கு அனுப்பினாலும் அதுவும் ஏற்றுமதிக் கணக்கில் கொள்ளப்படும். இவ்வகை ஏற்றுமதிக்கு ரிசர்வ் வங்கியின் முன் அனுமதி தேவை.

வணிக ஏற்றுமதி (மெர்ச்சன்டிங் டிரேடு)

இந்தியாவிற்குள் சரக்குகளே வராமல், ஒரு நாட்டில் இருந்து சரக்குகள் வாங்கி, வேறொரு வெளிநாட்டில் (துபாய் என்று வைத்துக்கொள்வோம்) இருப்பவருக்கு பொருட்கள் ஏற்றுமதி செய்வதற்கு ஒப்பந்தம் செய்து, அந்தப் பொருட்களை நீங்கள் வாங்கிய நாட்டிலிருந்து நேரடியாக துபாய்க்கு அனுப்ப ஏற்பாடு செய்தால் அது மெர்ச்சன்டிங் டிரேடு எனப்படும். இந்திய ஏற்றுமதியாளருக்கு கமிஷன், லாபம் கிடைக்கும்.

மேலே கண்ட ஏற்றுமதி வகைகளைப் படித்தவுடன் உங்களுக்கு தலை சுற்றலாம். கவலைப்பட வேண்டாம். உங்களில் பெரும்பான்மையோர் முதலில் கண்ட அதாவது சரக்குகளை ஏற்றுமதி செய்து பணம் பெறும் ஏற்றுமதியாளராகவே இருப்பீர்கள். மற்றவகை ஏற்றுமதிகளும் உண்டு என்பதற்காகவே, அந்த வகைகளும் விளக்கப்பட்டுள்ளன.

9. ஏற்றுமதியும், HS குறியீடும்

உலகம் முழுவதும் ஏற்றுமதி செய்யப்படும் பொருட்களும், இறக்குமதி செய்யப்படும் பொருட்களும் ஒரே மாதிரி புரிந்து கொள்ளப்பட வேண்டும். இல்லாவிடில் பல குழப்பங்கள் ஏற்படும். உதாரணமாக நீங்கள் கற்றாழை சாறை (ஆலோ வோரா) ஏற்றுமதி செய்ய உள்ளீர்கள் என்று வைத்துக்கொள்வோம். இங்கு அதை நீங்கள் கற்றாழை சாறு என்று அனுப்பும் invoice-ல் குறிப்பிடுவீர்களேயானால் அந்த நாட்டவருக்கும், அங்குள்ள கஸ்டம்ஸ் அதிகாரிகளுக்கும் அது என்னவென்று புரியாது. மேலும் உலகம் முழுவதும் பல்லாயிரக்கணக்கான மொழிகள் பேசப்படுவதாலும் பொருட்களை ஒரு கோடு (குறியீட்டு எண்) மூலமாக பகிர்ந்து கொள்வது எளிதாக இருந்தது. ஆதலால் உலகம் முழுவதும் ஒரு பொருளை புரிந்துகொள்ளும் விதத்தில் உருவாக்கப்பட்டதுதான் HS CODE இது Harmonised Commodity Description and Coding System என்று அழைக்கப்படுகிறது.

இது எதற்காக முக்கியமாக பயன்படுத்தப்படுகிறது.

1. ஏற்றுமதி, இறக்குமதிப் பொருட்களை ஒழுங்கான முறையில் குறிப்பிட உதவுகிறது.

2. ஏற்றுமதி, இறக்குமதிப் பொருட்களுக்கு ஒழுங்கான டியூட்டி விதிக்க பயன்படுகிறது.

ஆதலால் ஒரு பொருளை ஏற்றுமதி / இறக்குமதி செய்யும் முன்பு அந்தப் பொருளின் HS குறியீட்டை தெரிந்துகொள்வது முக்கியம்.

இந்திய அரசாங்கமும், தனியார் நிறுவனங்களும் இந்தக் குறியீடுகள் அடங்கிய புத்தகத்தை வெளியிடுகிறார்கள். புத்தகத்தை நீங்கள் வாங்க வேண்டியது இல்லை. இது இன்டர்நெட்டில் பல தளங்களில் இலவசமாகக் கிடைக்கிறது. இது தவிர அருகிலுள்ள கஸ்டம்ஸ் ஏஜெண்ட் உங்களுக்கு உதவுவார்.

இந்தப் புத்தகத்தில் இந்தியாவிலிருந்து ஏற்றுமதி செய்யப்படும் பொருட்கள் 21 பகுதிகளாகப் பிரிக்கப்பட்டுள்ளது. ஒவ்வொரு பகுதியும் மேலும் பல சேப்டர்களாகப் பிரிக்கப்பட்டுள்ளது. இதன் கீழே ஒவ்வொரு பொருளும் வருகிறது. உதாரணமாக நீங்கள் காபி, டீ ஏற்றுமதி செய்பவராக இருந்தால் பகுதி 2-ல் சேப்டர் 9-ஐ பார்க்க வேண்டும். அதில் நீங்கள் ஏற்றுமதி செய்ய நினைத்துள்ள பொருளின் HS Code குறிப்பிடப்பட்டிருக்கும். இந்தக் குறியீடு 4 இலக்க எண் முதல் 8 இலக்க எண் வரை இருக்கும். இதில் முதல் இரண்டு இலக்கம் சேப்டரை குறிக்கும், அடுத்த இரண்டு இலக்கம் பொருளைக் குறிக்கும், அடுத்த இரண்டு இலக்கம் சப் ஹெட்டிங் ஆகும், அதற்கு அடுத்த இரண்டு இலக்கம் சப்-சப் ஹெட்டிங் ஆகும்.

10. ஏற்றுமதியும் இன்டர்நெட்டும்

ஏற்றுமதியில் ஈடுபடும் முன் நீங்கள் இன்டர்நெட் (இணையம்) பற்றி ஓரளவாவது தெரிந்து இருந்தால்தான் நல்லது. நீங்கள் நல்ல ஒரு ஏற்றுமதியாளராக இன்டர்நெட் மிகவும் உங்களுக்கு உபயோகமாக இருக்கும்.

இன்டர்நெட் என்பது ஒரு தகவல் களஞ்சியம். அந்தக் களஞ்சியத்தில் நல்ல தகவல்களும் இருக்கும். கெட்ட தகவல்களும் இருக்கும். பொய்யான தகவல்களும் இருக்கும்.

சுமார் 10/20 வருடங்களுக்கு முன் ஏற்றுமதியாளர்கள், பல வெளிநாட்டு முகவரிகளுக்கு வியாபார விசாரணைக் கடிதங்கள், சாம்பிள்கள் அனுப்பிவிட்டு அவரிடமிருந்து கடிதம் வராதா என்று காலை நேரத்தில் தபால்காரரை எதிர்பார்த்துக் காத்துக் கொண்டிருப்பார்கள். சில சமயம் பதில் வர நாட்களாகும். ஏன் மாதங்களும் ஆகும். அவரிடமிருந்து பதில் வந்தாலும், ஆர்டர் வந்தாலும் அந்த இறக்குமதியாளர் நல்லவரா? கெட்டவரா? ஏற்றுமதி செய்தால் பணம் வருமா? பணம் வராதா? என்று உறுதி செய்துகொள்ள முடியாத நிலை. அப்படியே அந்த இறக்குமதியாளரின் நிலை பற்றி தகவல்கள் (Information) கிடைத்தாலும், அதற்கு அதிக செலவும், தாமதமும் ஆகும்.

கடந்த 10 வருடங்களில் தகவல் தொடர்புகள் உலகளவிலும், இந்தியாவிலும் மிகவும் வளர்ந்துள்ளதால் தொலைபேசி, ஃபேக்ஸ் ஆகிய வசதிகள் பெருகியுள்ளதால் வெளிநாட்டு வர்த்தகம் பெருகியது. தகவல் தொடர்புகள் எளிதானது. பல ஏற்றுமதி யாளர்கள் "PP" தொலைபேசி, ஃபேக்ஸ் வசதிகளிலிருந்து மாறி சொந்தமாகவே அந்த வசதிகளை ஏற்படுத்திக் கொள்ளும் நிலை ஏற்பட்டது.

சமீப காலமாக தகவல் தொடர்பு துறைகள் பல மடங்கு வளர்ச்சியடைந்துள்ளதால் இணையம் (Internet), மின் அஞ்சல் (E-mail) என்று வசதிகள் பெருகியுள்ளது. இவ்வசதிகள் கடல்போல் பெருகியுள்ளதால் அந்தக் கடலுக்குள் என்னென்ன இருக்கின்றது என்று கண்டுபிடிப்பது மிகவும் சிரமம். முன்பு கூறியதுபோல் நல்ல

தகவல்களும், கெட்ட தகவல்களும் கொட்டிக் கிடக்கின்றன. கெட்ட தகவல்கள் இருக்கின்றன என இணையத்தை (Internet) ஒதுக்கிவிட முடியாது.

தற்போதுள்ள சூழ்நிலையில் ஏற்றுமதியாளருக்கு இணையம் மிகவும் அத்தியாவசியத் தேவையான ஒன்றாகும்.

இணையத்தால் (இன்டர்நெட் – Internet) உங்களுக்கு என்னென்ன நன்மைகள் கிடைக்கும்?

1. **ஈமெயில் என்னும் மின் அஞ்சல்**

இது இன்டர்நெட்டில் பிரபலமான உபயோகமாகும். இதன் மூலம் பலருக்கு அதிகம் செலவில்லாமல் கடிதங்கள் அனுப்பலாம். பதில்கள் பெறலாம். தாமதங்கள் ஏற்படாது. கடிதப் பரிமாற்றங்கள் உடனடியாக நடக்க வழிவகுக்கும்.

2. **தகவல்கள்**

முன்பே கூறியிருந்தோம். இன்டர்நெட்டில் தகவல்கள் கடலளவுக்கு உள்ளது. உங்களுக்கு வேண்டியதை தேடி எடுக்கலாம்.

3. **ஷாப்பிங்**

வீட்டிலிருந்தபடியே உலகளவில் ஏற்பட்டிருக்கும் ஷாப்பிங் மாற்றங்களை அறிந்து கொள்ளலாம். அதன் மூலம் உங்களுக்கு புதிய ஐடியாக்கள் கிடைக்கலாம். புதிதாக பொருட்கள் தயாரிக்கலாம்.

இன்டர்நெட் ஷாப்பிங் மூலம் நீங்கள் உலகின் பல பகுதிகளிலிருந்து சாமான்களை வாங்கலாம் / விற்கலாம். குண்டூசி முதல் கார் வரை விற்கிறார்கள்.

4. **வியாபாரம்**

உங்கள் வியாபாரம் பெருக இன்டர்நெட் மிகவும் உதவியாக உள்ளது. நீங்கள் உற்பத்தி செய்யும் பொருளை இந்தியாவின் மற்ற பகுதிகளிலும், வெளிநாடுகளிலும் விற்பனை செய்ய மிக எளிய வழி. இன்டர்நெட் விற்பனையிலும், விளம்பரத்திலும் பல யுக்திகளை கற்றுக்கொள்ள உதவுகிறது.

இன்டர்நெட் இணைப்புப் பெறுவது எப்படி?

உங்களிடம் கம்ப்யூட்டர் இருந்தால் அதில் அநேகம் பேர் இன்டர்நெட் இணைப்பு பெற்றிருப்பீர்கள். இல்லையெனில் இணைப்பு பெறுவது மிகவும் எளிது. இன்டர்நெட் அக்கவுண்ட் (இது 100 மணி நேரத்திற்கு ரூ. 250 முதல் ரூ.500 வரை என பல கம்பெனிகள் கூவிக் கூவி விற்கிறார்கள்) இது இருந்தால் போதும். நீங்கள் உடனடியாக இன்டர்நெட் இணைப்புப் பெற்று உபயோகிக்க ஆரம்பிக்கலாம்.

என்ன இது? எளிதாக ஏற்றுமதி செய்வது எப்படி என்று பார்க்கப்போனால் இப்படி ஆயிரக்கணக்கில் செலவைப் பற்றி சொல்கிறார்களே என கவலைப்பட வேண்டாம். இது குறித்தெல்லாம் விளக்கமாக தாங்கள் புரிந்துகொள்ள வேண்டியே குறிப்பிடப்பட்டுள்ளது. மற்றபடி நீங்கள் அருகிலுள்ள இன்டர்நெட் மையத்திற்கு சென்று உங்களுக்கு இன்டர்நெட் கற்றுத்தரச் சொல்லுங்கள். மிகவும் சுலபம் அங்கேயே உங்களுக்கு இன்டர்நெட் ஈமெயில் (E.Mail) அக்கவுண்டும் தொடங்குங்கள். வாரம் ஒன்று அல்லது இரண்டு முறை சென்று உங்கள் ஈமெயில் அக்கவுண்டை பார்த்து வரலாம். மற்றபடி தகவல்கள் தேடவும் உங்களுக்கு உபயோகமாக இருக்கும். இதில் அதிகம் செலவு வராது. 1 மணி நேரத்திற்கு சுமார் ரூபாய் 20தான் செலவாகும்.

தேடும் இயந்திரம் (சர்ச் இன்ஜின் – Search Engine)

இன்டர்நெட்டில் உள்ள தகவல்களை எப்படித் தேடிப் பெறுவது என்பது ஒரு சிரமமான வேலை. அந்தத் தகவல்கள் அடங்கிய வெப்சைட் முகவரி உங்களுக்குத் தேவைப்படும். பல சமயங்களில் முகவரிகள் தெரியாமலே இருக்கலாம். அந்தமாதிரி சந்தர்ப்பங்களில் உங்களுக்கு இந்த சர்ச் இன்ஜின்கள் உங்களுக்கு பெரு உதவியாக இருக்கும்.

உதாரணமாக தமிழ்நாடு அரசின் வெப்சைட்டிற்கு சென்று சில தகவல்களை நீங்கள் தேட வேண்டியிருந்தால் அதன் முகவரி தேவை. அது www.tn.gov.nic.in. இந்த முகவரி உங்களுக்கு தெரிந்திருந்தால், அந்த வலைத்தளத்திற்கு செல்வது எளிது. அது தெரியாத பட்சத்தில் உங்களுக்கு இதுபோன்ற சர்ச் இன்ஜின்கள் உதவிகரமாக இருக்கும்.

இன்டர்நெட்டில் பல சர்ச் இன்ஜின்கள் உள்ளன. அதில் மிகச் சிறந்தது என கருதப்படுவது www.google.com இந்த முகவரிக்கு சென்று அங்கு "Tamil Nadu Government" *(தமிழ்நாடு கவர்மெண்ட்)* என்று டைப் அடித்து தேடச் சொன்னால் Tamil Nadu Government பற்றி உள்ள வெப்சைட் முகவரி பற்றி எங்கெல்லாம் உலகளவில் இன்டர்நெட்டில் உள்ளதோ அதன் வெப்சைட் முகவரிகளையும் அள்ளித்தரும். அவற்றிலிருந்து உங்களுக்குத் தேவையான தகவல்களைப் பெறலாம். தேடுவதற்கு சிறிது பொறுமை தேவை.

உலகில் மிகப் பிரபலமான மற்ற தேடு இயந்திரங்களின் முகவரிகள் கீழே கொடுக்கப்பட்டுள்ளன. சென்று பாருங்கள்.

www.google.com
www.yahoo.com
www.excite.com
www.altavista.com
www.lycos.com

11. இந்தியாவிலிருந்து ஏற்றுமதி செய்யப்படும் முக்கியமான பொருட்களும், நாடுகளும்

இந்தியாவிலிருந்து ஏற்றுமதி செய்யப்படும் முக்கியமான பொருட்களும் அவை பெரும்பாலும் ஏற்றுமதி செய்யப்படும் நாடுகளும் கீழே கொடுக்கப்பட்டுள்ளது.

வ.எண்.	பொருள்	நாடுகள்
1.	இறால் (Shrimps)	ஆஸ்திரேலியா, பெல்ஜியம், கனடா பிரான்ஸ், ஜெர்மனி, ஹாங்காங் ஜப்பான், நெதர்லாந்து, ஐக்கிய அரபு நாடுகள், இங்கிலாந்து, அமெரிக்கா.
2.	பாஸ்மதி அரிசி (Basmati Rice)	ஆஸ்திரேலியா, பஹ்ரைன், கனடா பெல்ஜியம், ஓமன், கத்தார், சவூதி அரேபியா, சிங்கப்பூர், ஐக்கிய அரபு நாடுகள், இங்கிலாந்து, அமெரிக்கா மற்றும் ஷீசெல்ஸ்.
3.	அப்பளம் (Papad)	ஆஸ்திரேலியா, பஹ்ரைன், கனடா, மலேசியா, மொரிஷியஸ், ஓமன், கத்தார், சவூதி அரேபியா, சிங்கப்பூர் சுவிட்சர்லாந்து, ஐக்கிய அரபு நாடுகள், இங்கிலாந்து மற்றும் அமெரிக்கா.
4.	உருளைக்கிழங்கு (Pototoes)	ஷீசெல்ஸ், ஐக்கிய அரபு நாடுகள் மற்றும் சிங்கப்பூர்.
5.	பூண்டு (Garlic)	மலேசியா, மொரிஷியஸ், ஓமன், கத்தார், சவூதி அரேபியா, ஷீசெல்ஸ், சிங்கப்பூர், இலங்கை மற்றும் ஐக்கிய அரபு நாடுகள்.

6.	வெங்காயம் (Onion)	பஹ்ரைன், பங்களாதேஷ், மலேசியா, மாலத்தீவு, நமிபியா, மொரிஷியஸ், ஓமன், பாகிஸ்தான், கத்தார், சவூதி அரேபியா, சிங்கப்பூர் இலங்கை, ஐக்கிய அரபு நாடுகள் மற்றும் ஏமன்.
7.	ஊறுகாய்/தொக்கு (Pickle/Chutney)	ஆஸ்திரேலியா, பெல்ஜியம், பஹ்ரைன், கனடா, டென்மார்க், ஜெர்மனி, நெதர்லாந்து, மலேசியா, ஹாங்காங், மொரிஷியஸ், கத்தார், சவூதி அரேபியா, சிங்கப்பூர் ஐக்கிய அரபு நாடுகள், இங்கிலாந்து மற்றும் அமெரிக்கா.
8.	முந்திரிப்பருப்பு (Cashew Kernel) (Whole)	ஆஸ்திரேலியா, பஹ்ரைன், கனடா, ஜெர்மனி, ஹாங்காங், ஜப்பான், நெதர்லாந்து, நியூசிலாந்து, சவூதி அரேபியா, சிங்கப்பூர், ஐக்கிய அரபு நாடுகள், இங்கிலாந்து மற்றும் அமெரிக்கா.
9.	மாம்பழச்சாறு (Mango Pulp)	பஹ்ரைன், கனடா, டென்மார்க், ஜெர்மனி, மலேசியா, மொரிஷியஸ் ஓமன், சவூதி அரேபியா, ஐக்கிய அரபு நாடுகள், இங்கிலாந்து மற்றும் அமெரிக்கா.
10.	தேயிலை (Tea)	ஆப்கானிஸ்தான், ஆஸ்திரேலியா, ரஷ்ய நாடுகள், பஹ்ரைன், கனடா, பெல்ஜியம், எகிப்து, பிரான்ஸ், ஜெர்மனி, ஈரான், அயர்லாந்து, ஜப்பான், நெதர்லாந்து, நியூசிலாந்து கத்தார், சவூதி அரேபியா, சிங்கப்பூர் சூடான், ஐக்கிய அரபு நாடுகள், இங்கிலாந்து, அமெரிக்கா மற்றும் ஏமன்.
11.	மிளகாய்/மிளகாய்த்தூள் (Chillies/Chilli Powder)	ஆஸ்திரேலியா, பஹ்ரைன், கனடா, பெல்ஜியம், டென்மார்க், பிரான்ஸ், மலேசியா, மாலத்தீவு, மொரிஷியஸ் சிங்கப்பூர், ஸ்பெயின், இலங்கை, ஐக்கிய அரபு நாடுகள், இங்கிலாந்து, அமெரிக்கா மற்றும் சவூதி அரேபியா.

12.	மிளகு (Black Pepper)	ஆஸ்திரேலியா, பஹ்ரைன், கனடா, செக்கோஸ்லேவியா, எகிப்து, பிரான்ஸ், ஜெர்மனி, ஈரான், இத்தாலி, ஜப்பான், லிபியா, நெதர்லாந்து, ஓமன், போலந்து, சவூதி அரேபியா, சூடான், சுவீடன், ஐக்கிய அரபு நாடுகள், இங்கிலாந்து மற்றும் அமெரிக்கா.
13.	ஏலக்காய் (Cardamon)	பாகிஸ்தான், சவூதி அரேபியா, ஜெர்மனி, ஜப்பான், சிங்கப்பூர் மற்றும் அமெரிக்கா.
14.	கொத்தமல்லி/தூள் (Coriander Seed/ Powder	பஹ்ரைன், கனடா, மலேசியா, சவூதிஅரேபியா, சிங்கப்பூர், இலங்கை மற்றும் ஐக்கிய அரபு நாடுகள்.
15.	சீரகம் (Cumin Seeds)	அல்ஜீரியா, பங்களாதேஷ், ஜப்பான் மலேசியா, மாலத்தீவு, மொரிஷியஸ் சவூதி அரேபியா, சிங்கப்பூர், இங்கிலாந்து, அமெரிக்கா மற்றும் ஏமன்.
16.	இஞ்சி (Ginger)	பஹ்ரைன், கனடா, ஜெர்மனி, ஜப்பான், நியூசிலாந்து, ஓமன், கத்தார், சவூதி அரேபியா, ஏமன், சிங்கப்பூர், ஐக்கிய அரபு நாடுகள், இங்கிலாந்து மற்றும் அமெரிக்கா.
17.	மசாலாப் பவுடர்/தூள் (Curry Powder)	ஆஸ்திரேலியா, பஹ்ரைன், கனடா பெல்ஜியம், பிரான்ஸ், ஜெர்மனி, ஹாங்காங், போர்ச்சுக்கல், கத்தார், சவூதி அரேபியா, ஐக்கிய அரபு நாடுகள், இங்கிலாந்து மற்றும் அமெரிக்கா.
18.	மஞ்சள் (Turmeric)	கனடா, பிரான்ஸ், ஜெர்மனி, கயானா, ஹாங்காங், ஜப்பான், லிபியா, மலேசியா, மொரிஷியஸ் சவூதி அரேபியா, சிங்கப்பூர், சுவிட்சர்லாந்து, ஐக்கிய அரபு நாடுகள், இங்கிலாந்து மற்றும் அமெரிக்கா.

19.	புண்ணாக்கு/சோயாபீன்ஸ் பொருட்கள் (Oil Cake/ Soya Bean Solvent)	பல்கேரியா, செக்கோஸ்லேவியா, டென்மார்க், பிரான்ஸ், ஜெர்மனி, ஜோர்டான், மொரிஷியஸ், நெதர்லாந்து, போலந்து, சவூதி அரேபியா மற்றும் இலங்கை.
20.	பீடி (Beedi)	பஹ்ரைன், மலேசியா, ஓமன், கத்தார், சவூதி அரேபியா, சிங்கப்பூர் மற்றும் ஐக்கிய அரபு நாடுகள்.
21.	எள்ளு (Seasame Seeds)	ஜெர்மனி, ஈரான், இத்தாலி, ஜப்பான், லிபியா, சவூதி அரேபியா, சிங்கப்பூர் மற்றும் லண்டன்.
22.	கிரானைட் (Granite-Cut Blocks & Polished)	ஆஸ்திரேலியா, பெல்ஜியம், கனடா, சிலி, சீனா, ஜெர்மனி, இத்தாலி, லண்டன் மற்றும் அமெரிக்கா.
23.	வெற்றிலை (Betal Leaves)	பஹ்ரைன், கனடா, கென்யா, ஓமன், பாகிஸ்தான், கத்தார், சவூதி அரேபியா.
24.	புளி/புளியங்கொட்டை /பவுடர் (Tamarind Seed and Seed Powder)	கனடா, செக்கோஸ்லேவியா, ஜெர்மனி, இத்தாலி, ஜப்பான் கென்யா, நெதர்லாந்து, சவூதி அரேபியா, சுவிட்சர்லாந்து, உகாண்டா, இங்கிலாந்து மற்றும் அமெரிக்கா.
25.	மருதாணி இலை/ பவுடர் (Henna Leaves and Powder)	அல்ஜீரியா, பஹ்ரைன், பிரான்ஸ், கீரிஸ், ஓமன், சவூதி அரேபியா சோமாலியா, சிரியா, துருக்கி, ஐக்கிய அரபு நாடுகள், இங்கிலாந்து அமெரிக்கா மற்றும் ஏமன்.
26.	ஆசிட் (Acid Yellow)	ஆஸ்திரேலியா, பங்களாதேஷ், பிரான்ஸ், ஜெர்மனி, இத்தாலி, இந்தோனேஷியா, ஐக்கிய அரபு நாடுகள், அமெரிக்கா மற்றும் ஏமன்.
27.	சாயப்பொருட்கள் (Dye-Stuffs/Dye Intermediates)	ஆஸ்திரேலியா, பங்களாதேஷ், பெல்ஜியம், சீனா, எகிப்து, ஹாங்காங், இந்தோனேஷியா, ஈரான், இத்தாலி, ஜப்பான்,

		நியூசிலாந்து, ஓமன், பிலிப்பைன்ஸ் சிங்கப்பூர், இலங்கை, தாய்லாந்து, இங்கிலாந்து மற்றும் அமெரிக்கா.
28.	லெமன் கிராஸ் எண்ணெய் (Lemon Grass Oil)	ஆஸ்திரேலியா, செக்கோஸ்லேவியா பிரான்ஸ், ஜெர்மனி, கென்யா, நெதர்லாந்து, இங்கிலாந்து மற்றும் அமெரிக்கா.
29.	சந்தனக்கட்டை எண்ணெய் (Sandal Wood Oil)	பஹ்ரைன், பார்படாஸ், பிரான்ஸ் ஜெர்மனி, ஹாங்காங், இத்தாலி ஜப்பான், கொரியா, நெதர்லாந்து, சிங்கப்பூர், சவூதி அரேபியா, சுவிட்சர்லாந்து, ஐக்கிய அரபு நாடுகள், இங்கிலாந்து மற்றும் அமெரிக்கா.
30.	தலைமுடி எண்ணெய் (Hair Oil)	பஹ்ரைன், கனடா, ஜெர்மனி, மாலவி, மலேசியா, மாலத்தீவு மொரிஷியஸ், நெதர்லாந்து, ஓமன் சவூதி அரேபியா, ஷீசெல்ஸ், சிங்கப்பூர், ஐக்கிய அரபு நாடுகள், இங்கிலாந்து, அமெரிக்கா மற்றும் ஏமன்.
31.	ஊதுவத்தி (Agar Battis)	ஆஸ்திரேலியா, பஹ்ரைன், கனடா கானரி ஐலேண்டு, எகிப்து, பிரான்ஸ், டிஜிபூட்டி, கென்யா, மலேசியா, மொரிஷியஸ், ஓமன், மொசம்பிக், பனாமா, சவூதி அரேபியா, செனகல், சிங்கப்பூர், சுவிட்சர்லாந்து, டான்ஸானியா, தாய்லாந்து, டிரினிடாட், ஐக்கிய அரபு நாடுகள், இங்கிலாந்து, அமெரிக்கா, ஏமன், ஸய்ரே.
32.	தொழிற்சாலையில் பயன்படுத்தும் கையுறைகள் (Industrial Gloves)	ஆஸ்திரேலியா, ஆஸ்திரியா, பெல்ஜியம், கனடா, டென்மார்க் பிரான்ஸ், ஜெர்மனி, இத்தாலி, நெதர்லாந்து, ஸ்பெயின், இங்கிலாந்து.

33.	லெதர் அப்பர்ஸ் (Leather Uppers)	ஆஸ்திரேலியா, ஆஸ்திரியா, பெல்ஜியம், பல்கேரியா, கனடா, செக்கோஸ்லேவியா, டென்மார்க், பின்லாந்து, பிரான்ஸ், ஜெர்மனி, ஹாங்காங், ஹங்கேரி, ஈரான், இத்தாலி, ஜப்பான், நெதர்லாந்து, நார்வே, சிங்கப்பூர், இங்கிலாந்து, அமெரிக்கா மற்றும் ரஷ்யா.
34.	தோல் பொருட்கள் (Leather Goods)	பெல்ஜியம், கனடா, டென்மார்க், ஜெர்மனி, ஹங்கேரி, ஈரான், இத்தாலி, ஜப்பான், கொரியா, நெதர்லாந்து, சவூதி அரேபியா, இங்கிலாந்து, அமெரிக்கா மற்றும் ரஷ்யா.
35.	சைக்கிள் டயர் (Cycle Tyres)	பங்களாதேஷ், ஈரான், மொஸம்பிக் நைஜீரியா, உகாண்டா, வெனிசூலா.
36.	டயர் மற்றும் டியூப் (Tyre / Tubes)	மொஸம்பிக், இந்தோனேசியா, ஈரான், சவூதி அரேபியா, இலங்கை.
37.	ப்ளைவுட் (Plywood Sheets)	பஹ்ரைன், டென்மார்க், ஜெர்மனி, இத்தாலி மற்றும் சவூதி அரேபியா.
38.	பிளாஸ்டிக் லாமினேஷன் சீட்ஸ் (Plastic Laminated Sheets)	ஆஸ்திரேலியா, ஜெர்மனி, ஹாங்காய், சிங்கப்பூர், இலங்கை அமெரிக்கா.
39.	தச்சுவேலை சாமான்கள் (Wooden tools & Handles)	ஜெர்மனி, இத்தாலி, ஜப்பான், நெதர்லாந்து, சவூதி அரேபியா, ஸ்பெயின், ஐக்கிய அரபு நாடுகள், இங்கிலாந்து, அமெரிக்கா மற்றும் ஏமன்.
40.	காட்டன் யார்ன்/நூல் (Cotton Yarn/Threads)	பங்களாதேஷ், சைப்ரஸ், செக்கோஸ்லேவியா, ஜெர்மனி, இத்தாலி, மொஸம்பிக், இங்கிலாந்து.
41.	சணல் / யார்ன் (Jute Yarn)	ஆஸ்திரேலியா, பெல்ஜியம், செக்கோஸ்லேவியா, எகிப்து, ஜெர்மனி, ஈரான், இத்தாலி, நெதர்லாந்து, இத்தாலி மற்றும் அமெரிக்கா.

42.	கயிறு யார்ன் (Coir Yarn)	பெல்ஜியம், டென்மார்க், பிரான்ஸ் இத்தாலி, நெதர்லாந்து, துருக்கி, போர்ச்சுகல், சவூதி அரேபியா, ஸ்பெயின்.
43.	க்ரே பாப்ரிக்ஸ் (Grey Fabrics)	ஆஸ்திரேலியா, டென்மார்க், ஐக்கிய அரபு நாடுகள், இங்கிலாந்து, சிங்கப்பூர், பிரான்ஸ் மற்றும் அமெரிக்கா.
44.	கார்டடு யார்ன் (Carded yarn)	ஆஸ்திரேலியா, டென்மார்க் பிரான்ஸ், ஜெர்மனி, இத்தாலி நெதர்லாந்து.
45.	கோம்ப்டு யார்ன் (Combed yarn)	ஆஸ்திரேலியா, பெல்ஜியம், கனடா, டென்மார்க், பிரான்ஸ், ஜெர்மனி, இத்தாலி, நெதர்லாந்து, செனகல், சுவீடன், இங்கிலாந்து மற்றும் அமெரிக்கா.
46.	சென்னைக் கைக்குட்டை (Madras Handkerchief)	பிரான்ஸ், ஐவோரி கோஸ்ட், லிபெரியா, நைஜிரியா, டோகோ, இங்கிலாந்து.
47.	திரைச்சீலைகள் (Furnishing Fabric Coloured)	ஆஸ்திரேலியா, கனடா, சீனா, டென்மார்க், ஜெர்மனி, இத்தாலி, நெதர்லாந்து, அமெரிக்கா, பிரான்ஸ் ஹாங்காங், மொரிஷியஸ், சிங்கப்பூர், இலங்கை, சுவீடன், சுவிட்சர்லாந்து.
48.	ஜரிகை பார்டர் கைத்தறிப் புடவை (Zari Borderd Handloom Sarees)	கனடா, ஜெர்மனி, ஹாங்காங், இத்தாலி, மொரிஷியஸ், சவூதி அரேபியா, சிங்கப்பூர், ஐக்கிய அரபு நாடுகள், இங்கிலாந்து மற்றும் அமெரிக்கா.
49.	கைத்தறித் துணிகள் (Handloom Fabrics)	ஆஸ்திரேலியா, கனடா, பிரான்ஸ், ஜெர்மனி, இத்தாலி, ஜப்பான், மலேசியா, சிங்கப்பூர், ஸ்பெயின், சுவீடன், சுவிட்சர்லாந்து, ஐக்கிய அரபு நாடுகள், இங்கிலாந்து மற்றும் அமெரிக்கா.

50.	கித்தான்/சாக்குத்துணி (Hessian (Jute) Cloth)	அர்ஜெண்டினா, ஆஸ்திரேலியா, பெல்ஜியம், போட்ஸ்வனா, கடனா, செக்கோஸ்லேவியா, டென்மார்க், எகிப்து, பிரான்ஸ், ஜெர்மனி, கிரீஸ், ஹாங்காங், ஹங்கேரி, ஈரான், இத்தாலி, ஜப்பான், ஜோர்டான், நெதர்லாந்து, நியூசிலாந்து, மொஸம்பிக், சவூதி அரேபியா, டான்ஸானியா, டுனிஷியா, துருக்கி, ஐக்கிய அரபு நாடுகள், இங்கிலாந்து அமெரிக்கா, உருகுவே, யுக்கோஸ்லேவியா.
51.	காட்டன் (Absorbant Cotton Wool)	பெல்ஜியம், பிரான்ஸ், இத்தாலி, ஜப்பான், நார்வே, சவூதி அரேபியா, ஸ்பெயின் மற்றும் இங்கிலாந்து.
52.	படுக்கை விரிப்புகள் [கையினால் பிரிண்ட் செய்யப்பட்ட / விசைத்தறி] (Bed Sheets Handprinted)	ஆஸ்திரேலிய, டென்மார்க், நார்வே, சுவீடன், பின்லாந்து, இங்கிலாந்து அமெரிக்கா மற்றும் ஜெர்மனி.
53.	படுக்கை விரிப்புகள் [மில்லிலிருந்து தயாரிக்கப்பட்டவை] (Bed Sheets - Mill Made)	பஹ்ரைன், டென்மார்க், பின்லாந்து, ஜெர்மனி, நெதர்லாந்து, நார்வே, சுவீடன், இங்கிலாந்து, அமெரிக்கா மற்றும் ரஷ்யா.
54.	கைக்குட்டைகள் (Napkins Handlooms/ Mill Made)	பிரான்ஸ், ஜெர்மனி, இத்தாலி ஸ்பெயின், இங்கிலாந்து மற்றும் அமெரிக்கா.
55.	தலைகாணி உறைகள் (Pillow Cases Power Loom)	ஆஸ்திரேலியா, டென்மார்க், நெதர்லாந்து, நார்வே, ஜெர்மனி, சுவீடன், இங்கிலாந்து, அமெரிக்கா ரஷ்யா, ஐக்கிய அரபு நாடுகள்.
56.	டர்க்கி டவல் (Terry Towel Hand loom/ Powerloom)	ஆஸ்திரேலியா, ஆஸ்திரியா, கனடா, டென்மார்க், பிரான்ஸ், கென்யா, மொரிஷியஸ், நெதர்லாந்து, இங்கிலாந்து, அமெரிக்கா மற்றும் சைரே.

57.	உல்லன் தரை விரிப்புகள் [கார்பெட்ஸ்] (Carpets of Wool/ Animal Hair)	ஆஸ்திரேலியா, ஆஸ்திரியா, பெல்ஜியம், கனடா, டென்மார்க், பிரான்ஸ், ஜெர்மனி, இத்தாலி, ஜப்பான், நெதர்லாந்து, நியூசிலாந்து நார்வே, ஓமன், கத்தார், சவூதி அரேபியா, சுவீடன், சுவிட்சர்லாந்து ஐக்கிய அரபு நாடுகள், இங்கிலாந்து அமெரிக்கா மற்றும் ரஷ்யா.
58.	காட்டன் தூரிஸ் (Cotton Durris-Handloom / Mill Made)	ஆஸ்திரேலியா, கனடா, பிரான்ஸ், ஜெர்மனி, கிரீஸ், ஹங்கேரி, இத்தாலி, ஜப்பான், நெதர்லாந்து, சவூதி அரேபியா, இங்கிலாந்து மற்றும் அமெரிக்கா.
59.	கயிறு மிதியடிகள் (Coir mats)	ஆஸ்திரேலியா, கனடா, பிரான்ஸ் ஜெர்மனி, கிரீஸ், ஹங்கேரி, இத்தாலி, ஜப்பான், நெதர்லாந்து, சவூதி அரேபியா, இங்கிலாந்து மற்றும் அமெரிக்கா.
60.	எவர்சில்வர் பாத்திரம் (Stainless Steel Vessels)	பஹ்ரைன், மலேசியா, மொரிஷியஸ், ஓமன், கத்தார், சவூதி அரேபியா, சிங்கப்பூர், தாய்லாந்து, ஐக்கிய அரபு நாடுகள், இங்கிலாந்து.
61.	அலுமினியப் பாத்திரம் (Aluminium Utensils)	பஹ்ரைன், எத்தியோப்பியா, மாலத்தீவு, ஓமன், கத்தார், சவூதி அரேபியா, சோமாலியா, ஐக்கிய அரபு நாடுகள்.
62.	கதவு & ஜன்னல் பிட்டிங்குகள் (Door & Window Fittings)	ஆஸ்திரேலியா, நைஜிரியா, சவூதி அரேபியா, ஐக்கிய அரபு நாடுகள் மற்றும் இங்கிலாந்து.
63.	பித்தளைப் பொருட்கள் (Brass Articles)	ஆஸ்திரேலியா, பஹ்ரைன், பங்களாதேஷ், கனடா, டென்மார்க் எகிப்து, பிரான்ஸ், ஜெர்மனி, ஹாங்காங், இத்தாலி, கென்யா, மலேசியா, மொரிஷியஸ்,

		நெதர்லாந்து, நைஜிரியா, ஓமன் சவூதி அரேபியா, இங்கிலாந்து மற்றும் அமெரிக்கா.
64.	அலுமினியப் பொருட்கள் (Aluminium Articles)	பங்களாதேஷ், எகிப்து, ஜெர்மனி, மலேசியா, சவூதி அரேபியா, சிங்கப்பூர், சோமாலியா, இலங்கை.
65.	சைக்கிள் உதிரிப்பாகங்கள் (Bicycle Parts)	பிரேசில், எகிப்து, ஈரான், கொலம்பியா, பிரான்ஸ், ஜெர்மனி, இத்தாலி, நைஜிரியா, இலங்கை, தாய்லாந்து, ஸய்ரே, பங்களாதேஷ் இந்தோனேஷியா, ஐவோரி கோஸ்ட், கென்யா, மலேசியா, மாலே, மொராக்கோ, நெதர்லாந்து, மொஸம்பிக், சிங்கப்பூர், டுனீஷியா, துருக்கி, இங்கிலாந்து, வியட்நாம் மற்றும் ஸாம்பியா.
66.	தோல் பொருட்கள் (Leather Products)	ஆஸ்திரேலியா, பெல்ஜியம், கனடா, செக்கோஸ்லேவியா, டென்மார்க், பிரான்ஸ், ஜெர்மனி, ஹாங்காங், நார்வே, சவூதி அரேபியா, சுவிட்சர்லாந்து, ஐக்கிய அரபு நாடுகள், அமெரிக்கா மற்றும் யுகோஸ்லேவியா.
67.	கால் சட்டைகள் (Trousers - Cotton Mill Made)	பிரான்ஸ், ஜெர்மனி, இத்தாலி, நெதர்லாந்து, இங்கிலாந்து, அமெரிக்கா மற்றும் ரஷ்யா.
68.	ஆடைகளுக்கு மேல் அணியும் மேலாடை (Jacket Blazer Mill Made)	ஆஸ்திரேலியா, கனடா, பிரான்ஸ், ஜெர்மனி, இத்தாலி, நெதர்லாந்து, இங்கிலாந்து, அமெரிக்கா மற்றும் ரஷ்யா.
69.	கார்மெண்ட்ஸ் (Garments-Handloom)	ஆஸ்திரேலியா, ஆஸ்திரியா, கனடா, டென்மார்க், பிரான்ஸ், ஜெர்மனி, இத்தாலி, நெதர்லாந்து, சுவீடன், இங்கிலாந்து மற்றும்

12. எந்த நாட்டுக்கு ஏற்றுமதி செய்வது என்ற தகவல்கள் பெறுவது எப்படி?

என்ன பொருட்களை ஏற்றுமதி செய்வது என்று நீங்கள் தற்போது முடிவு செய்திருப்பீர்கள். அந்தப் பொருட்கள் எந்த நாட்டுக்கு ஏற்றுமதி செய்யும் வாய்ப்பு உள்ளது என்பதை தெரிந்து கொள்வது மிகவும் முக்கியம். முன்பு பொதுவாக ஏற்றுமதியாகும் நாடுகளை படித்தீர்கள், குறிப்பாக அந்த நாடுகளைப் பற்றியும், அங்குள்ள ஏற்றுமதியாளர்களைப் பற்றியும் தகவல்கள் தர உங்களுக்கு யார் உதவி புரிவார்கள் என்று கீழே காண்போம்.

இந்தியாவின் வெளிநாட்டு வர்த்தகம் பற்றிய மாதாந்திர புள்ளி விவரங்களை கொல்கத்தாவில் இருக்கும் அரசு நிறுவனமான DGCI & S (Director General of Commercial Intelligence and Statistics) தருகிறது.

இந்த புள்ளி விவரப் பட்டியல் எந்தெந்தப் பொருட்கள், எந்தெந்த நாடுகளுக்கு எவ்வளவு ஏற்றுமதி செய்யப்பட்டுள்ளது என்ற விவரங்களை உங்களுக்குத் தருகிறது, இதிலிருந்து ஓரளவுக்கு உங்கள் பொருட்களுக்கு எந்த நாட்டில் வாய்ப்பு இருக்கும் என்பதை அறிந்து அந்த நாடுகளில் உள்ள இறக்குமதியாளர்களை தொடர்பு கொள்ள வசதியாக இருக்கும். தேவை இல்லாமல் மற்ற நாடுகளில் அதிக நேரம் செலவிட வேண்டாம்.

இந்த அரசு நிறுவனம் 1862-ல் தொடங்கப்பட்டது, இந்த நிறுவனத்தின் முக்கிய வேலைகள்:

1. இந்தியாவிலிருந்து ஏற்றுமதி-இறக்குமதி ஆகும் பொருட்களின் புள்ளி விவரங்களை சேகரித்து அளிப்பது மற்றும் நாட்டில் உள்ள எல்லா கஸ்டம்ஸ் அலுவலகங்களில் இருந்தும் தினசரி தகவல்கள் பெறப்பட்டு அவைகளை தொகுத்து அளிப்பது.

2. "இந்திய ஏற்றுமதியாளர்கள்" என்ற டைரக்டரியை வெளியிடுகிறது. இது வெளிநாட்டில் உள்ளவர்களுக்கு ஒரு சிறந்த தகவல் புத்தகமாக விளங்குகிறது.

3. "இண்டியன் டிரேடு ஜர்னல்" (Indian Trade Journal) என்ற வாராந்திர பத்திரிகையை வெளியிடுகிறது. இதில் வெளி நாட்டு வர்த்தகம், வெளிநாட்டு தூதரகங்களிலிருந்து வந்த செய்திகள் முதலியவைகளை வெளியிடுகிறது.

DGCI & S பற்றிய விவரங்களும், வெளியீடுகளும் உங்கள் அருகிலுள்ள ஏற்றுமதி மேம்பாட்டுக்குழு/ வாரியக்குழு அலுவல கத்தின் மூலமாக உங்களுக்கு கிடைக்கும். இந்தப் புள்ளி விவரங் களைப் பெற நீங்கள் தொடர்புகொள்ள வேண்டிய முகவரி.

Director General of Commercial Intelligence and Statistics

No.1, Council House Street,

Kolkatta - 700 001.

DGCI & S முக்கிய வெளியீடுகள்

1. "இந்தியன் டிரேடு ஜர்னல்" (Indian Trade Journal) இது ஒரு ஆங்கில வாரப் பத்திரிக்கை.

2. இந்தியாவின் வெளிநாட்டு வர்த்தகம், மாத வாரியாக தகவல்கள் (Monthly Statistics of the Foreign Trade of India - Volume I and II)

3. இந்தியாவின் வெளிநாட்டு வர்த்தகம் (பொருட்கள் வாரியாக மாதாந்திர வெளியீடு - Foreign Trade Statistics of India - Principal Commodities and Countries).

இவை சென்னை போன்ற நகரங்களில் உள்ள அரசாங்க புத்தக விற்பனையாளர்களிடம் கிடைக்கும்.

சிறுதொழில் சேவை நிறுவனம் (SISI)

நீங்கள் சிறுதொழில் (SISI) செய்பவராக இருந்தால் உங்களுக்கு SISI (Small Industries Service Institute) உதவும். அவர்கள் அறிவுரை உதவியாக இருக்கும். இந்திய ஏற்றுமதியில் சிறுதொழில் நிறுவனங்கள் பெரும் பங்காற்றுகிறது.

உங்கள் அருகிலுள்ள SISI அலுவலகத்திற்கு சென்றால் அவர்கள் உங்கள் எதிர்காலத்தையே மாற்றக்கூடும். தற்போது MSME அதாவது, MICRO, SMALL AND MEDIUM ENTERPRISES என்று அழைக்கப்படுகிறது.

தமிழ்நாட்டிலுள்ள MSME அலுவலக முகவரிகள்:

MSME Development Institute
65/1, GST Road,
Guindy,
Chennai - 600 032
Te: (044) 22501011 - 3
www.sisi-chennai.com

MSME Development Institute
386, Patel Road,
Ram nagar
Coimbatore - 641 009. Ph: 0422-230 426

MSME Development Institute
Plot No.76, CGE Colony,
Tiruchendur Road,
Tuticorin - 628 003.
Tel: 2322345.

டான்ஸ்டியா – எப்.என்.எப். சேவை மையம்

தமிழ்நாட்டிலுள்ள தமிழ்நாடு சிறுதொழில் மற்றும் குறுந்தொழில் சங்கம் (டான்ஸ்டியா), ஜெர்மனி நாட்டைச் சேர்ந்த எப்.என்.எப் என்ற நிறுவனத்துடன் சேர்ந்து "டான்ஸ்டியா - எப்.என்.எப்" என்ற நிறுவனத்தை தொடங்கி சிறுதொழில், குறுந்தொழில் செய்பவர்களுக்கு ஒரு வழிகாட்டியாக விளங்குகிறது. சமீபகாலமாக இந்த நிறுவனம் ஆற்றிவரும் செயல்கள் மிகச் சிறப்பானவை. அவை மூன்று வகைகளாகப் பிரிக்கப்பட்டுள்ளது.

1. தகவல்கள்
2. ஆலோசனை
3. பயிற்சி

உங்களில் பலபேருக்கு மேலே கண்ட ஏதாவது ஒன்று அல்லது ஒன்றுக்கு மேற்பட்டவை கட்டாயம் தேவை. நீங்கள் செய்யும்/ செய்யப்போகும் தொழில்களில் வெற்றியடைய இந்நிறுவனம் ஒரு கலங்கரை விளக்காக நிச்சயமாக விளங்கும்.

தகவல்கள்

தகவல்கள் (Information) - தான் ஒவ்வொருவரின் வியாபாரத்திற்கும் உயிர் மூச்சு. சரியான தகவல்களை உங்களுக்குத் தர இந்நிறுவனம் உதவும்.

என்ன வகையான தகவல்கள் கிடைக்கும்

- உங்கள் பொருட்களுக்கு வெளிநாடுகளில் விற்பனை வாய்ப்புகளை அறிய
- உலகளவிலான தொழிற் செய்திகள், தகவல்கள் தெரிய
- நீங்கள் தொடர்புகொள்ள நினைக்கும் அயல்நாட்டுக் கம்பெனி பற்றிய விபரம் அறிய
- உங்கள் பொருட்களை விளம்பரம் செய்ய

ஆலோசனை

உங்களால் அடிக்கடி இந்நிறுவனத்திற்கு செல்ல முடியுமென்றால், அவர்கள் வழங்கும் நேரடி ஆலோசனையும் பெறலாம். உதாரணமாக புதிதாக தொழில் தொடங்குபவர்கள் அந்தத் தொழில் நல்ல தொழிலா, லாபம் ஈட்டும் தொழிலா, எவ்வளவு பணம் முதலீடு செய்யவேண்டும் போன்றவைகளை அறிய குறைந்த கட்டணத்தில் இவர்கள் உங்களுக்கு ஆலோசனை தந்து உதவுவார்கள்.

ஏற்றுமதி மேம்பாட்டுக் குழுக்கள்

நீங்கள் தயாரிக்கும் பொருட்களை/ ஏற்றுமதி செய்யப்போகும் பொருட்களை வைத்து ஒரு ஏற்றுமதி மேம்பாட்டுக்குழு/ வாரியத்தில் உறுப்பினராவது நல்லது என்று முன்னரே பார்த்தோம்.

அவ்வாறு நீங்கள் உறுப்பினராகச் சேரும் மேம்பாட்டுக்குழு/ வாரியம் உங்கள் பொருட்களை எந்தெந்த நாட்டுக்கு ஏற்றுமதி செய்யலாம் என்றும் அங்குள்ள இறக்குமதியாளர்கள் யார் யார் என்ற விபரங்களும் தரும்.

உள்நாட்டில் நீங்கள் தயாரிக்கும் பொருட்களையே யார் யார் தயாரித்து ஏற்றுமதி செய்கிறார்கள் என்ற விபரமும் கிடைக்கும். இதன் மூலம் உங்களது போட்டியாளர்களை அறிந்துகொள்ள உதவும்.

இவர்கள் உங்களுக்குத் தரும் வெளிநாட்டு இறக்குமதியாளர்களின் முகவரிகளும், நல்ல இறக்குமதியாளர்களாக இருப்பார்கள்.

ஒவ்வொரு ஏற்றுமதி மேம்பாட்டுக் குழுவும்/ வாரியமும் இன்டர்நெட் வெப்சைட் (Internet Website) வைத்திருக்கிறார்கள். அதைப்பற்றிய விபரம் கொடுக்கப்பட்டுள்ளது. அதிலிருந்தும் பலதரப்பட்ட விபரங்களைப் பெறலாம்.

ஏற்றுமதி மேம்பாட்டுக்குழு/வாரியங்கள் உங்களுக்கு என்னென்ன உதவிகள் செய்யும்?

1. உங்களை மெம்பராக ஏற்றுக்கொண்டு உங்களுக்கான மெம்பர்ஷிப் சர்ட்டிபிகேட் வழங்குகிறது. (RCMC - Registration-Cum-Membership Certificate)

2. அரசாங்கத்திற்கும், மெம்பர்களுக்கும் இடையே பாலமாகத் திகழ்கிறது. மெம்பர்களின் குறைகளை அரசாங்கத்திற்கு எடுத்துச் சென்று தீர்க்க உதவுகிறது.

3. உலகம் முழுவதிலிருந்தும் ஏற்றுமதி வாய்ப்புக்கான தகவல்களைத் திரட்டி மெம்பர்களுக்கு அளிக்கிறது.

4. வியாபாரங்களை பெருக்க இந்தியாவிலிருந்து வெளிநாட்டிற்கும், வெளிநாட்டிலிருந்து இந்தியாவிற்கும் தூதுக்குழுக்களை அனுப்புகிறது/ வரவேற்கிறது.

5. அத்தியாவசியமான மூலப்பொருட்களை (ஏற்றுமதிப் பொருட்களை உற்பத்தி செய்ய) விநியோகித்தல்.

6. ஏற்றுமதிக்கான குறைந்தபட்ச விலை, அடிப்படை விலை நிர்ணயித்தல், அதை அரசாங்கத்திற்கு பரிந்துரை செய்தல்.

7. உள்நாடு, வெளிநாடுகளில் வர்த்தகக் கண்காட்சிகளை ஏற்பாடு செய்தல்,

8. வெளிநாடுகளில் இந்தியப் பொருட்களைப் பற்றி விளம்பரப்படுத்துதல்.

13. ஏற்றுமதி மேம்பாட்டுக் குழுக்கள்/ வாரியங்கள் வெப்சைட் முகவரிகள்
WEBSITE ADDRESSES OF EXPORT PROMOTION COUNCILS IN INDIA

Agricultural and Processed Food Products Export Development Authority (APEDA)
Website: www.apeda.com/

Apparel Export Promotion Council
Website: http://www.aepcindia.com/

Basic Chemicals, Pharmaceuticals And Cosmetics Export Promotion Council
Website: http://www.chemexcil.gov.in

Cashew Export Promotion Council
Website: www.cashewindia.org

Chemicals And Allied Products Export Promotion Council
Website: www.capexil.com

Coffee Board
Website: www.indiacoffee.org

Coir Board
Website: www.coirboard.nic.in

Cotton Textile Export Promotion Council
Website: http://www.texprocil.com/

Council For Leather Exports
Website: http://www.leatherindia.org/

Electronics And Computer Software Export Promotion Council
Website: http://www.escindia.in
Engineering Export Promotion Council
Website: www.eepcindia.in
Export Promotion Council For Handicrafts
Website: www.epch.org
Federation of Indian Export Organisations
Website: www.fieo.org
Gem And Jewellery Export Promotion Council
Website: www.gjepc.org
Handloom Export Promotion Council
Website: www.hepcindia.com
The Indian Silk Export Promotion Council
Website: www.silkepc.org
Jute Manufacturers Development Council
Website: www.jmdcindia.com
The Marine Products Export Development Authority
Website: www.mpeda.com
Overseas Construction Council of India
Website: http://www.proiectexports.com
Plastics & Linoleums Export Promotion Council
Website: http://www.plexcon.org
Powerloom Development And Export Promotion Council
Website: www.pdexcil.org
The Rubber Board
Website: www.rubberboard.org.in
Shellac Export Promotion Council
Website: www.shellacepc.com

Sports Goods Exports Promotion Council
Website: www.sportsgoodsindia.Org

Spices Board
Website: www.indianspices.com

Synthetic & Rayon Textile Export Promotion Council
Website: www.synthetictextiles.org

Tea Board
Website: www.teaboard.gov.in

Tobacco Board
Website: www.indiantobacco.com

Wool & Woolens Export Promotion Council
Website: http://www.wwepcindia.com/

14. ஏற்றுமதி வாய்ப்புகளைப் பெற முயற்சிக்கும் முன்பு என்ன செய்ய வேண்டும்?

என்ன பொருள் ஏற்றுமதி செய்யலாம் என்றும், எந்த நாட்டுக்கு ஏற்றுமதி செய்யலாம் என்றும் தற்போது முடிவு எடுத்து இருப்பீர்கள். நீங்கள் அந்த நாட்டில் ஏற்றுமதி வாய்ப்புக்களைப் பெறுமுன் உங்களை நீங்களே எந்த வகையில் தயார் செய்ய வேண்டும் என்பதை இனிப் பார்ப்போம்.

ஏற்றுமதி செய்யப்போகும் பொருட்களின் அட்டவணை

நீங்கள் ஏற்றுமதி செய்யப்போகும் பொருட்களின் விபரங் களை பொருட்களின் புகைப்படங்களுடன் உங்கள் கம்பெனி விபரங்களுடன் அழகான தாளில் அச்சிடப்பட வேண்டும். இதை ஆங்கிலத்தில் Brochures/Leaflets/Information Material/Catalogue/Profile என்றும் கூறுவர். நீங்கள் தயாரிக்கப்போகும் அட்டவணை உங்கள் கம்பெனி பற்றியும், பொருட்களைப் பற்றியும் பேச வேண்டும். ஆள்பாதி, ஆடை பாதி என்பது போலத்தான் இதுவும். நீங்கள் தயாரிக்கும் பொருள் எவ்வளவுதான் சிறந்ததாக இருந் தாலும், அதை நீங்கள் எப்படி சிறப்பாக எடுத்துக்காட்டுகிறீர்கள் என்பதில்தான் உங்கள் திறமை உள்ளது.

முன்பு நாங்கள் கூறியபடி நீங்கள் உங்களுக்கான Website-ஐ ஆரம்பிக்க நினைத்தால் அதிலேயே உங்கள் பொருட்களின் படங்களை ஸ்கேன் (Scan) செய்து போட்டுவிடலாம். உங்களது வெப்சைட் முகவரியை, உங்கள் பொருளை வாங்க விரும்பு பவரிடம் கொடுத்துவிட்டால் அவர் தங்களின் வெப்சைட்டுக்கு சென்று பார்த்துக் கொள்வார். உலகத்தில் யார் எங்கிருந்தாலும் உங்களுடைய வெப்சைட்டை காண முடியும். சாதாரணமாக உங்களுக்கென வெப்சைட் ஆரம்பிக்க சுமார் ரூ.5000 வரை ஆகும். புதுப்பிப்பதற்காக வருடா வருடம் பணம் கட்ட வேண்டும்.

வெப்சைட் பற்றி தற்போது நினைக்காதவர்கள் நாங்கள் மேலே கூறியுள்ளபடி புரோஷர்ஸ் (Brochures) / லீப்லெட்ஸ் (Leaflets) / இன்பர்மேஷன் மெட்டீரியல் (Information Material) / கேட்லாக் (Catalogue) / புரோபைல் (Profile) தயாரிக்கலாம். (ஏதாவது ஒன்றுதான்) நமது சிவகாசியிலும், பல சிறிய/பெரிய நகரங்களிலும் உங்களுக்கு இதை அச்சிட்டுத்தர பலர் இருக்கின்றனர். இவற்றில் விலையைக் குறிப்பிடாதீர்கள். ஏனெனில் விலை அடிக்கடி மாறும்.

15. விலை நிர்ணயம்

ஏற்றுமதி வாய்ப்புக்களைப் பெறும் முன் நீங்கள் பொருட்களுக்கு குறிப்பிடப்போகும் விலையை நிர்ணயிக்க வேண்டும்.

அதற்குமுன் உங்களுக்கு ஏற்றுமதியில் விலையைக் குறிப்பிட உலகளவில் பயன்படுத்தும் சொற்கள் கட்டாயம் தெரிந்தாக வேண்டும்.

ஏனெனில், உங்களிடம் பொருட்களை வாங்கப் போகின்றவர், தனக்கு சரக்குகளை "சி.ஐ.எப்" முறையில் அனுப்பித் தர வேண்டும் என்றும், அதற்கான விலையைக் குறிப்பிட வேண்டும் என்றால், உங்களுக்கு "சி.ஐ.எப்" என்ற சர்வதேசக் குறியீட்டிற்கு விளக்கம் தெரிந்திருக்க வேண்டும்.

சர்வதேச வர்த்தக சபை (International Chamber of Commerce) வெளியிட்டுள்ள இந்தக் குறியீடுகள் Incoterms 2000 என்று அழைக்கப்படுகின்றன. மொத்தம் 13 குறியீடுகள் உள்ளன. அவை:

குறியீடு குறியீட்டின் விளக்கம்

1. EXW - EX-WORKS
2. FCA - FREE CARRIER
3. FAS - FREE ALONGSIDE SHIP
4. FOB - FREE ON BOARD
5. CFR - COST AND FREIGHT
6. CIF - COST INSURANCE AND FREIGHT
7. CPT - CARRIAGE PAID TO
8. CIP - CARRIAGE AND INSURANCE PAID TO
9. DDU - DELIVERED DUTY UNPAID
10. DDP - DELIVERED DUTY PAID

இவற்றில் இனி நீங்கள் அடிக்கடி உபயோகப்படுத்தப் போகும் குறியீடுகள் பற்றி சிறிது விளக்கமாகப் பார்க்கலாம்.

Incoterms என்பவை வர்த்தகக் குறியீடுகள். இவை சரக்குகளை விற்பவருக்கும், வாங்குபவருக்கும் இடையே ஒப்பந்தங்கள் ஏற்பட உதவுகிறது. இதை சரக்குகளை விற்பவரும், சரக்குகளை வாகனங்களில் ஏற்றிச் செல்பவரும் போடும் ஒப்பந்தமான Contract of carriage-டன் குழப்பக்கூடாது.

Incoterms-ஐ எளிதாகப் புரிந்து கொள்ள நான்கு வகையாகப் பிரித்துக் கொள்ளலாம். அவற்றை எளிமையான விளக்கங்களுடன் அடுத்த பக்கத்தில் காணுங்கள். இவை "C" terms, "D" terms, "E" terms and "F" terms என்று அழைக்கப்படுகிறது.

1. CFR 2. CIF 3. CPT 4. CIP	1. DAP 2. DDP 3. DDU	EX-WORKS	1. FCA 2. FAS 3. FOB
சரக்குகளை வாங்குபவர் குறிப்பிடும் வாகனத்தில் கட்டணம் மற்றும் காப்புறுதி செலுத்தி ஏற்றி அனுப்ப வேண்டும். வாங்குபவர் சொல்கிற வாகனத்தில் ஏற்றும் வரை ஆகும் செலவுகளையும், போக்குவரத்து கட்டணமும், காப்புறுதியும் (Insurance)யும் செலுத்தியிருக்க வேண்டும். விற்பவருடைய பொறுப்புகள் சரக்குகளை ஏற்றுமதி கிளியரன்ஸ் செய்து வாகனத்தில் ஏற்றி அனுப்புவதுடன்	இவ்வகை ஒப்பந்தங்களில் சரக்குகளை வாங்குபவர் குறிப்பிடும் வெளிநாட்டுத் துறைமுகம்/நகரம் வரை கொண்டு செல்லும் ரிஸ்க் செலவுகள் உங்களைச் சேர்ந்தது DAF, DES, DDU, DEQ குறியீடுகளில் எக்ஸ்போர்ட் கிளியரன்ஸ். வாகனக் கட்டணம், காப்புறுதி (Insurance) மற்றும் இறக்குமதியாளர் குறிப்பிடும் நாடு/இடம் வரை கொண்டு செல்லும் செலவுகள் ஏற்றுமதியாளரைச் சேர்ந்தது, இதில் சரக்குகளை	சரக்குகளை உங்கள் கம்பெனி வாசலில் டெலிவரி செய்வதற்கான விலையைக் குறிப்பிட வேண்டும். வெளிநாட்டில் இருந்து உங்களிடம் பொருள் வாங்குபவர் அங்கிருந்து பொறுப்பில் எடுத்துக் கொள்வார். அதன்பிறகு ஆகும் செலவுகள்/ரிஸ்க்குகள் அவரைச் சார்ந்தது. சரக்குகளை நமது நாட்டில் வாங்குபவர் பொறுப்பில் எடுத்துக் கொள்வதால் ஏற்றுமதிக்கான கிளியரன்ஸும் அவரைச் சார்ந்தது.	சரக்குகளை வாங்குபவர் குறிப்பிடும் இடத்தில் (அ) குறிப்பிடும் நபரிடம் (அ) குறிப்பிடும் வாகனக் கம்பெனியிடம் ஒப்படைக்க வேண்டும் (இந்தியாவில்). அதுவரை ஆகும் செலவுகள் விற்பவரைச் சார்ந்தது. ஏற்றுமதி கிளியரன்ஸ் செய்வது விற்பவருடைய கடமை.

முடிந்தது. அதன்பிறகு ஏற்படும் ரிஸ்க்குகள் வாங்குபவரைச் சேர்ந்தது. CFR, CPT கான்ட்ராக்டில் காப்புறுதி (Insurance) செலுத்த வேண்டாம். முக்கிய வாகனக் கட்டணம் செலுத்தப்படுவதால் 'Main Carriage Paid Contract' என்று அழைக்கப்படுகிறது.	இறக்குமதியாளர் குறிப்பிடும் நாட்டில் import கிளியரன்ஸ் செய்வது உங்கள் பொறுப்பல்ல. DDPவகை குறியீட்டில் மேலே கண்டது தவிர இறக்குமதியாளர் குறிப்பிடும் நாட்டில் import கிளியரன்ஸ் செய்து தருவதும் உங்கள் பொறுப்பு import கிளியரன்ஸுக்கு ஆகும் செலவுகளையும் நீங்கள் செலுத்த வேண்டும். இறக்குமதியாளர் கூறும் இடம் வரை நீங்கள் உங்கள் பொறுப்பில் கொண்டு செல்வதால் 'Arrival Contract' என்று அழைக்கப்படுகிறது.	சரக்குகள் கம்பெனி வாசலில் ஒப்படைக்கப்படுவதால் இவ்வகை குறியீடு 'Departure Contract' என்று அழைக்கப்படுகிறது.	சரக்குகளைக் கொண்டு செல்லும் முக்கிய வாகனத்தின் கட்டணம் விற்பவர் செலுத்த வேண்டாம் ஆதலால் இவ்வகைக் குறியீடுகள் 'Main Contract Unpaid' என்று அழைக்கப்படுகிறது.

16. "இன்கோடெர்ம்ஸ் 2010"
(INCOTERMS 2010)

"இன்கோடெர்ம்ஸ் 2010"ல் உள்ள 11 குறியீடுகளில் முக்கியமான சிலவற்றைப் பற்றி விளக்கமாகக் காணலாம்.

EXW - Ex Works (எக்ஸ் ஒர்க்ஸ்)

விற்பவருடைய கடமை, சரக்குகளை அவருடைய கம்பெனி/ கிடங்கு / அலுவலகம் என்று ஏதாவது ஒரு இடத்தில் வாங்கு பவரிடமோ அல்லது அவர் கூறும் நபரிடமோ ஒப்படைக்க வேண்டும். அத்துடன் விற்பவரின் கடமை முடிந்தது. விற்பவருக்கு சரக்குகளை ஏற்றும் செலவோ அல்லது ஏற்றுமதிக்கு வேண்டிய ஏற்பாடுகளோ செய்யவேண்டிய கடமை இல்லை.

FCA - Free Carrier (ஃப்ரீ கேரியர்)

விற்பவருடைய கடமை சரக்குகளை ஏற்றுமதிக்கான கிளியரன்ஸ் செய்து, வாங்குபவர் சொல்லும் வாகனக் கம்பெனியின் பொறுப்பில் ஒப்படைப்பது வரைதான். அத்துடன் அவருடைய கடமை முடிந்தது. எப்.சி.ஏ (ஃப்ரீகேரியர்) என்ற வாகனக் குறியீட்டை எந்த வகையான போக்குவரத்திலும் சரக்குகளை அனுப்பும்போதும் உபயோகிக்கலாம். அதாவது தரை வழி, கடல் வழி, வான்வழி, உள்நாட்டு நீர்வழி என்று எந்தவகையான போக்குவரத்திலும் சரக்குகள் அனுப்பும்போதும் உபயோகிக்கலாம். சில "இன்கோடெர்ம்ஸ்" சிலவகைப் போக்குவரத்துக்குத்தான் பொருந்தும். ஆதலால்தான் மேலே அப்படிக் கூறியுள்ளோம். உதாரணமாக FAS - (Free Alongside Ship) என்ற "இன்கோடெர்ம்ஸ்" -ஐ படித்தவுடனேயே நமக்குப் புரிந்துவிடும். இதை கடல்வழியில் சரக்குகள் கொண்டு செல்லும்போது மட்டும்தான் உபயோகிக்க வேண்டும் என்று.

FOB - Free On Board (ஃப்ரீ ஆன் போர்டு)

மேலே கூறியதுபோல சில "இன்கோடெர்ம்ஸ்" சிலவகை போக்குவரத்துக்குத்தான் பயன்படும். அதுபோல "ஃப்ரீ ஆன்

போர்டு" என்ற குறியீடு சரக்குகளை கப்பலில் அல்லது உள்நாட்டு நீர்வழிப் போக்குவரத்தில் அனுப்பும்போது மட்டும் உபயோகிக்க முடியும். ஃப்ரீ ஆன் போர்டு என்றால் சரக்குகளை வாங்குபவருக்கு கப்பலில் ஏற்றித் தரும்வரை விற்பவருடைய பொறுப்பு. அதுவரை ஆகும் செலவுகளை அவர் ஏற்க வேண்டும். சரக்குகளை நீங்கள் கப்பலில் ஏற்றும்வரை பொறுப்பெடுக்க விரும்பவில்லை யென்றால், FCA (எப்.சி.ஏ) என்ற மேலே கூறிய "இன்கோடெர்மை" உபயோகிக்க வேண்டும்

இந்தக் குறியீடு மூலம் வாங்குபவருக்கு சரக்குகள் கப்பலில் ஏற்றப்பட்டுள்ளது என்ற உறுதி கிடைப்பதால், உலகளவில் FCAயை விட FOB அதிகமாக உபயோகிக்கப்படுகிறது. இதில் விற்பவர் சரக்குக் கட்டணம் செலுத்த வேண்டாம்.

CFR - Cost and Freight (காஸ்ட் அண்ட் ப்ரைட்)

"காஸ்ட் அண்ட் ப்ரைட்" என்ற குறியீட்டை படிக்கும்போதே ஓரளவுக்கு நமக்கு விளங்கும். அடக்க விலையுடன் சரக்குகளை அனுப்ப ஆகும் செலவுகளையும் விற்பவர் கட்ட வேண்டும் என்று.

இதிலும் FOB குறியீட்டைப் போல கப்பலில் ஏற்றி அனுப்பும்வரை உங்கள் பொறுப்பு. மேலும் நீங்கள் கப்பல் கட்டணமும் செலுத்த வேண்டும்.

இவ்வகைக் குறியீடு கப்பல் அல்லது உள்நாட்டு நீர்வழிப் போக்குவரத்தில் சரக்குகள் அனுப்பும்போது மட்டும்தான் உபயோகிக்க வேண்டும்.

CIF - Cost, Insurance and Freight (காஸ்ட், இன்சூரன்ஸ், ப்ரைட்)

உலகளவில் அதிகம் உபயோகப்படுத்தப்படும் "இன்கோடெர்ம்" இதுவாகத்தான் இருக்கும். சாதாரணமாக வெளிநாட்டிலிருந்து சரக்குகளை வாங்குபவர், விற்பவர் சரக்குகளை நன்றாக பேக்கிங் செய்து, ஏற்றுமதி கிளியரன்ஸ் செய்து, கப்பல் வாகனக் கட்டணம், இன்சூரன்ஸ் செலுத்தி அனுப்பி வைப்பதைத்தான் விரும்புவார். இது அவ்வளவும் இந்த வகை "இன்கோடெர்ம்"-ல் அடங்கியுள்ளது. சரக்குகளை கப்பலில் ஏற்றி அனுப்பும் வரைதான் விற்பவருடைய கடமை. அதன்பிறகு சரக்குகளுக்கு ஆகும் எந்தவிதமான விளைவு களுக்கும் விற்பவர் பொறுப்பில்லை.

இந்தவிதமான "இன்கோடெர்ம்", கப்பல் மற்றும் உள்நாட்டு நீர்வழிப் போக்குவரத்தில் சரக்குகள் அனுப்பும்போது மட்டும்தான் உபயோகிக்க வேண்டும்.

CIP - (Carriage and Insurance paid To)

CIP - டெர்ம்க்கும், CPT டெர்ம்க்கும் வித்தியாசம் என்ன வென்றால், சரக்குகளை விற்பவர் CPT டெர்மில் இன்சூரன்ஸும் எடுக்க வேண்டும். மற்றபடி CIP-க்கும், CPT-க்கும் அதிகம் வித்தியாசம் இல்லை. இந்தவிதமான குறியீட்டை, எந்த வாகன முறையில் சரக்குகள் அனுப்பினாலும் உபயோகப் படுத்தலாம். (கடல், தரை, வான்வழி).

"D" குறியீடுகள் அதிகம் புழக்கத்தில் இல்லை. ஆதலால் அதைப்பற்றி முன்பு படித்ததே போதும்.

FCA, FOB, CFR, CIF ஆகியவைதான் மிகவும் முக்கியமான குறியீடுகள். அவற்றை திரும்பப் படித்து மனதில் நிலை நிறுத்திக் கொள்ளுங்கள்.

சர்வதேச வர்த்தக சபை வெளியிட்டுள்ள குறியீடுகள் "இன்கோடெர்ம்ஸ் 2010" என்று அழைக்கப்படும் என்று பார்த்தோம். இந்தக் குறியீடுகளையும் அவற்றின் விளக்கங்களையும் தெரிந்து கொண்டோம். இதிலிருந்து இன்கோடெர்ம்ஸ் என்பது ஏற்றுமதிப் பொருட்களின் விலையை நிர்ணயிப்பதில் எவ்வளவு முக்கியத் துவம் வாய்ந்தது என்று தெரிந்திருக்கும்.

உதாரணமாக, வெளிநாட்டில் இருந்து உங்களிடம் சரக்கு வாங்குபவர் சரக்குகளை சி.ஐ.எப். காண்டிராக்டில் அனுப்புமாறு கூறினால் நீங்கள் என்ன செய்வீர்கள்?.

சி.ஐ.எப் என்றால் ஆங்கிலத்தில் காஸ்ட், இன்சூரன்ஸ் மற்றும் சரக்குக் கட்டணம் என்று அர்த்தம். அதாவது, நீங்கள் விலை குறிப்பிடும்போது, சரக்குகளின் அடக்கவிலை தவிர, இன்சூரன்ஸ், சரக்குகளை உள்நாட்டில் இருந்து அனுப்ப ஆகும் செலவு மற்றும் வெளிநாட்டுத் துறைமுகம்/ நகரம் வரையான வாகனச் செலவுகள் ஆகியவற்றை நீங்களே செலுத்தவேண்டும் என்று பொருள்.

இதை மனதில் கொண்டுதான் நீங்கள் உங்கள் ஏற்றுமதிப் பொருளுக்கு விலை நிர்ணயம் செய்ய வேண்டும்.

17. விலை நிர்ணயம் செய்ய இன்கோடெர்ம்ஸ் எவ்வாறு உதவுகிறது? (மாதிரியுடன்)

விலை நிர்ணயம் செய்யும்போது கீழே கண்டவற்றையும் நினைவில் வைத்துக்கொள்ள வேண்டும்.

வெளிநாட்டிற்கான பேக்கிங் / லேபிளிங் செலவுகள்

சிலசமயம் அந்த நாட்டு மொழியில் விபரங்கள் அச்சிட்டு, ஏற்றுமதிக்கேற்ற தரமான பாக்கிங் செய்து அனுப்ப வேண்டி யிருக்கும். இதனால் உங்களுக்கு செலவுகள் அதிகமாகலாம்.

பரிசோதனைக் கட்டணம் (Inspection)

வெளிநாட்டில் இருந்து சரக்கு வாங்குபவர் சரக்கு மாதிரியை / சரக்குகளை பரிசோதனைக் கூடத்தில் பரிசோதித்து அதன் விபரங்களை தெரிவிக்கச் சொல்வார். பல நாடுகளும் இந்தக் கட்டுப்பாட்டை நிறையப் பொருட்களுக்கு விதித்துள்ளன. இந்தவகைப் பரிசோதனைகள், செலவுகள் எந்தப் பரிசோதனைக் கூடத்தில் சோதிக்கப்படுகின்றன என்பதைப் பொறுத்தது. ஆதலால் பரிசோதனைக் கூடத்தில் கட்டணங்களை விசாரித்து அந்த செலவையும் விலையுடன் சேர்க்க வேண்டும்.

வங்கிக் கட்டணம்

ஏற்றுமதி ஆவணங்களை நீங்கள் அனுப்புவதற்கும் / ஏற்று மதிக் கடன் வாங்குவதற்கும் வங்கிகள் வசூலிக்கும் கட்டணங்கள் / வட்டி ஆகியவற்றைக் கணக்கில் எடுத்துக் கொள்ள வேண்டும்.

முகவர் கமிஷன்

வெளிநாட்டு ஆர்டரை நீங்கள் முகவர் மூலமாகப் பெற்றிருந் தால், அவருக்கு கமிஷன் கொடுக்க வேண்டியிருக்கும். முகவர் கமிஷனை வெளிநாட்டுக்குப் பணமாக அனுப்ப ரிசர்வ் வங்கி அனுமதி அளிக்கிறது.

சரக்குகளை கடனுக்கு கொடுக்கும் காலத்திற்கான வட்டி (Interest for Credit Period)

ஏற்றுமதியில் வெளிநாட்டில் இருப்பவர் சரக்குகளை கடனாகக் கொடுங்கள். ஆறு மாதத்தில் பணம் தந்துவிடுகிறேன் என்று கூறலாம். அதற்கு நீங்கள் ஒத்துக் கொண்டால், அந்த ஆறு மாதத்திற்கான வட்டியைக் கணக்கிட்டு அதையும் பொருளின் விலையுடன் சேர்க்க வேண்டும். மேலே ஆறு மாதம் என்பது ஒரு உதாரணத்திற்கு கூறப்பட்டதுதான். இது பதினைந்து நாளாகக்கூட இருக்கலாம் / ஆறு மாதமாகக்கூட இருக்கலாம்.

கீழே தரப்பட்டுள்ள உதாரணம் உங்களுக்கு இன்கோடெர்ம்ஸ் பற்றி இன்னும் தெளிவாகப் புரிந்து கொள்ளவும், விலை நிர்ணயம் செய்யவும் உதவும்.

ஓர் உதாரணம்

மூலப் பொருட்களின் விலை (Raw Material Cost)	ரூ. 70,000
தயாரிப்பு செலவு, வேலை ஆட்கள் சம்பளம், பாக்கிங் செலவு, இதர செலவுகள்	ரூ. 30,000
அடக்கவிலை	ரூ.1,00,000
உங்களது இலாபம்	ரூ. 10,000
Ex-Works விலை	ரூ.1,10,000
சரக்குகளை அனுப்ப உள்நாட்டு வாகனக் கட்டணம் ரூ.	2,000
FOB / FCA / FAS விலை	ரூ.1,12,000
சரக்குகளை வெளிநாட்டுத் துறைமுகம்/நகரம் வரை அனுப்ப ஆகும் வாகனக் கட்டணம்	ரூ. 13,000
CFR/CPT விலை	ரூ.1,25,000
காப்புறுதிக் கட்டணம்	ரூ. 1,000
CIF/CIP விலை	ரூ.1,26,000

வெளிநாட்டில் சரக்குகளை இறக்க ஆகும் கட்டணச் செலவுகள், வாகனக் கட்டணம் (Import கிளியரன்ஸ் செய்வது உங்கள் செலவல்ல) ரூ.10,000

DAP / DDU	ரூ.1,36,000

வெளிநாட்டில் Import கிளியரன்ஸ் செலவுகள்
(சுங்க வரிகள் உள்பட) ரூ.10,000

DDP	ரூ.1,46,000

இந்தப் பட்டியல் ஒரு மாதிரிக்காகத் தயாரிக்கப்பட்டது. உங்களுக்கு இன்கோ டெர்ம்ஸ் புரிந்து விலை நிர்ணயம் செய்ய நீங்கள் செய்யவேண்டியது என்னவென்றால் சரியான கட்டண செலவு/ விபரங்களை விசாரித்து அதைக் கணக்கில் எடுத்துக்கொள்ள வேண்டும்.

மேலும் ஏற்றுமதி வர்த்தகத்தில் உங்களுக்கு சில சலுகைகள் கிடைக்கும், அந்த சலுகைகள் கீழே தரப்பட்டுள்ளன. கீழ்க்கண்ட சலுகைகளும், விலை நிர்ணயத்தில் பங்கு வகிக்கின்றது. அவை

1. ஏற்றுமதி லாபத்திற்கான வருமான வரிச் சலுகைகள் (IncomeTax Concessions)

2. ஏற்றுமதி செய்யப்போகும் பொருளுக்கான மூலப் பொருட்கள் (Raw Material) உள்நாட்டிலேயே வாங்கி யிருந்தால், அதற்கு எக்ஸைஸ் டியூட்டி கட்டியிருப்பீர்கள். அந்த மூலப் பொருட்களை வெளிநாட்டிலிருந்து இறக்குமதி செய்திருந்தால் கஸ்டம்ஸ் டியூட்டி கட்டியிருப்பீர்கள். நீங்கள் தயாரித்த பொருட்களை ஏற்றுமதி செய்ய நினைப்பதால் மேலே சொன்ன டியூட்டிகளை திரும்பப் பெறும் வசதியுள்ளது. இது செலுத்திய தீர்வையை திரும்பப் பெறும் வசதி (Duty Drawback) எனப்படும். இதுபோல சேல்ஸ் டாக்ஸ்/ ஆக்ட்ராய் கட்டியிருந்தாலும் திரும்பப் பெறும் வசதியுள்ளது (பல பொருட்களுக்கு)

3. பண மானிய உதவி (Cash Subsidy)

4. உரிமம் (Licence)

இந்த சலுகைகளையும் நீங்கள் விலை நிர்ணயம் செய்யும்போது மனதில் கொள்ளலாம்.

மேலே கண்ட அட்டவணையில், நீங்கள் விற்பனை செய்யப்போகும் பொருளின் விலையை அறிந்து கொண்டீர்கள். (மாதிரிதான்). ஆனால் அது இந்திய ரூபாயில் குறிப்பிடப் பட்டுள்ளது. அதை உங்களிடம் இருந்து சரக்கு வாங்குபவர் (இறக்குமதியாளர்) குறிப்பிடும் கரன்ஸியில் (Currency) கூறவேண்டும். உதாரணமாக வெளிநாட்டிலிருந்து சரக்குகள் உங்களிடமிருந்து வாங்குபவர், பொருட்களின் விலையை அமெரிக்க டாலரின் மதிப்பில் (US Dollar) கூறப்பட வேண்டும் என்றால் என்ன செய்ய வேண்டும்?

உலகளவில் பல நாடுகளில் வர்த்தகம் அமெரிக்க டாலரில்தான் நடக்கிறது. உலகளவில் பல நாடுகளில் எளிதாக மாற்றக்கூடிய கரன்ஸி அமெரிக்க டாலர்தான். ஆதலால்தான் பெரும்பான்மை வர்த்தகம் அந்தக் கரன்ஸியில் நடக்கிறது. அமெரிக்க டாலர் தவிர உலகளவில் வர்த்தகம் நடத்தப்படும் மற்ற கரன்ஸிகள் ஐரோப்பாவின் “யூரோ” (Euro), இங்கிலாந்தின் “பவுண்டு” (Pound), ஜப்பானின் “யென்” (Yen) ஆகும்.

அமெரிக்க டாலரில் குறிப்பிட வேண்டுமென்றால் என்ன செய்வது? இந்த குழப்பம் பல புதிய ஏற்றுமதியாளர்களுக்கு வருவது சகஜம்தான்.

மிகவும் எளிதான வழி. தினமும் செய்தித்தாளில் வரும் அமெரிக்க டாலரின் Purchase மதிப்பைப் பார்த்து (US Dollar Purchase), தாங்கள் விற்கத் தீர்மானித்துள்ள இந்திய ரூபாயில் வகுத்தால் அதுதான் தாங்கள் விற்க நினைக்கும் அமெரிக்க டாலர் விலை.

உதாரணமாக பொருட்களை நீங்கள் விற்க நினைக்கும் விலை இந்திய ரூபாய் 110000 எனக் கொள்ளவும்.

ஒரு அமெரிக்க டாலரின் (Purchase) அப்போதைய மதிப்பு ரூ.50 என்று இருந்தால்

உங்கள் பொருட்களுக்கான அமெரிக்க டாலர் விலை குறிப்பிட

$$\frac{\text{[உங்கள் பொருளின் விலை இந்திய ரூபாய் மதிப்பில்] ரூ.110000}}{\text{[ஒரு டாலரின் மதிப்பு இந்திய ரூபாயில்] ரூ.50}} = \text{USD2200}$$

இதிலிருந்து என்ன தெரிகிறது? உங்களுக்கு சரக்குகளை விற்றவுடன், வாங்கியவர் அமெரிக்க டாலர் 2200 அனுப்புவாரே

யானால், அதை நீங்கள் உங்கள் வங்கியில் கொடுத்து இந்திய ரூபாயாக மாற்றும்போது உங்களுக்கு ரூ.110000 கிடைக்கும்.

தற்போது உங்களுக்கு ஓரளவுக்காவது விலை நிர்ணயம் செய்ய புரிந்திருக்கும் என நம்புகிறோம். வெளிநாட்டிலுள்ளவர் மற்ற கரன்ஸியில் (Currency) விலையைக் குறிப்பிடச் சொன்னாலும் மேலே சொன்ன மாதிரிதான் கணக்கிட வேண்டும்.

உங்களுக்கு ஒரு நியாயமான சந்தேகம் வரலாம். இன்று ஒரு அமெரிக்க டாலரின் மதிப்பு இந்திய ரூபாயில் 40 என்று கணக்கிடுகிறோமே, நாம் ஏற்றுமதி செய்து, அதற்கான அமெரிக்க டாலர் பணம் வரும்போது, அதை வங்கியில் கொடுத்தால், ஒரு டாலருக்கு ரூ. 50 தருவார்களா? (ஏனெனில் தினசரி அதன் மதிப்பு கூடுகிறது அல்லது குறைகிறதே!)

இதனால் விலை நிர்ணயம் செய்யும்போது சிறிது கவனமாக இருந்து ஒரு டாலரின் மதிப்பு இந்திய ரூபாய்க்கு 50 என்று பேப்பரில் போட்டிருந்தால், நீங்கள் விலை நிர்ணயம் செய்ய சிறிது குறைத்து எடுத்துக் கொள்ளலாம். 49 என்று, மேலே குறிப்பிட்டுள்ள மதிப்பு எல்லாம் உதாரணத்திற்காகக் கூறப் பட்டுள்ளவைதான். வெளிநாட்டிலிருந்து ஆர்டர் கிடைக்கும்போது, அருகிலுள்ள வங்கி மானேஜரிடம் சென்றால் அவர் உங்களுக்கு ஆலோசனை கூறுவார் (சரியான விலையை நிர்ணயிக்க, டாலரின் மதிப்பு எப்படி எடுப்பது என்று).

வெளிநாட்டில் நீங்கள் பெறப்போகும் ஆர்டரின் அளவைப் பொறுத்தும் பொருளின் விலைகளும் மாறும். அதிக அளவு ஆர்டரானால் விலை குறையும். குறைந்த அளவு ஆர்டரானால் விலை அதிகமாகும்.

இதுவரை விலை நிர்ணயம் செய்வது எப்படி என்று விரிவாகப் படித்தீர்கள். இவ்வளவு விரிவாக இருந்ததற்குக் காரணம், அது ஏற்றுமதிக்கு ஒரு அங்கமாக இருக்கப் போகிறது. ஆதலால்தான்.

18. ஏற்றுமதிக் கடிதங்கள்

ஏற்றுமதிக் கடிதங்கள் எழுதுவது என்பது ஒரு கலை. அது எழுத எழுதத்தான் வரும். ஏற்றுமதிக் கடிதங்கள் எழுதும்போது மிக முக்கியமாக கவனிக்கப்பட வேண்டியவை இவை:

1. கடிதங்கள் சுருக்கமாக இருக்க வேண்டும். அதேசமயம் தேவையானவற்றை தெளிவாக எடுத்துக் கூறியிருக்க வேண்டும்.

2. கடிதங்கள் தவறில்லாமல் இருக்க வேண்டும்

3. உங்களுக்கு ஆங்கிலம் மிக நன்றாகத் தெரியும் என்பதால், புதிய புதிய வார்த்தைகளைப் போட்டு இறக்குமதியாளர்களை குழப்ப வேண்டாம்.

4. கடிதம் சுருக்கமாக, தெளிவாக எளிதில் புரிந்துகொள்ளக் கூடியதாக இருக்க வேண்டும்.

5. கடிதங்கள் தகுந்த இடைவெளி விட்டு டைப் அல்லது கம்ப்யூட்டர் மூலம் தயாரிக்கப்பட்டிருக்க வேண்டும். பேப்பர் மிச்சப்படுத்துவதற்காக ஒரே பக்கத்தில் அடக்க நினைக்காதீர்கள்.

6. கடிதங்களை கையால் எழுதாதீர்கள்

7. கடிதங்களுக்கு பதில் எழுத தாமதம் செய்யாதீர்கள்.

19. ஏற்றுமதி வாய்ப்புக்களைப் பெறுவது எப்படி?

இதுவரை ஏற்றுமதிக்கான அடிப்படைகளைப் புரிந்து கொண்டு அதற்காக உங்களைத் தயார் செய்து கொண்டிருப்பீர்கள். ஏற்றுமதி வாய்ப்புகளைப் பெற நீங்கள் எப்படி முயற்சிக்க வேண்டும் என்று பார்ப்போம்.

1. உங்களுக்கான இணையத் தளம் (Internet Site)

ஏற்றுமதியில் இணையம் (Internet) மிக முக்கியப் பங்காற்றுகிறது என்று பார்த்தோம். எனவே உங்களது ஏற்றுமதிப் பொருட்களை விளம்பரம் செய்ய உங்களுக்கென இணையத்தளம் கட்டாயம் தேவை.

இதற்கு அதிகம் செலவாகும் என நீங்கள் யோசிக்கலாம். உங்கள் யோசனை தவறு. தற்போது அழகாக சிறிய அளவில் உங்களுக்கென ஒரு இணையத்தளம் உண்டாக்க ரூ.1000/-த்திலிருந்து ரூ.5,000/-க்குள்தான் செலவாகிறது.

இன்று பல வர்த்தகங்கள் இணையம் மூலம் நடக்கின்றன. உதாரணமாக, நீங்கள் தரமான பட்டுச்சேலைகள் உற்பத்தி செய்கிறீர்கள் என்று வைத்துக் கொள்வோம். உங்கள் கம்பெனி பற்றிய முழு விபரம் கொடுத்து, சேலைகளின் மாதிரிப் படங்கள் வெளியிட்டு முழு விலாசம், தொலைபேசி, தொலைநகல் (பேக்ஸ்), மின் அஞ்சல் (e-mail) விபரங்கள் கொடுத்து நீங்கள் "பட்டுச் சேலைகள் ஏற்றுமதியாளர்" என்று விளம்பரப்படுத்தியிருந்தால்... உங்கள் நிறுவனப் பெயர் தெரியாமலேயே பொதுவாக உலகத்தில் யாராவது Silk Sarees / Indian Exporters என்று Search செய்யும்போது உங்கள் நிறுவனப் பெயரும் வர வாய்ப்பு இருப்பதால், உங்களின் வியாபார வாய்ப்புகள் அதிகமாகும். உங்கள் நிறுவன தயாரிப்புக்களின் மாதிரிகளை (படங்களை) வெளியிடலாம். முன்பு கூறியதுபோல விலை விபரங்களைக் கொடுக்க வேண்டாம்.

இன்டர்நெட்டில் சில பக்கங்களை உங்களது கம்பெனிக்காக வெளியிட பல இன்டர்நெட் வெப்சைட்டுக்கள் இலவசமாக

உங்களுக்கு இடமளிக்கிறது. அதில் சென்று உங்களுக்கென சில பக்கங்களை இணைக்கலாம், ஆனால் உங்களுக்கென வெப்சைட் முகவரி கிடைக்காது.

நீங்களே ஒரு வெப்சைட் தொடங்கும்போது, உங்களுக்கென ஒரு வெப்சைட் முகவரி கிடைக்கும். உதாரணமாக உங்களின் கம்பெனி பெயர் RKP Handlooms என்றால் www.rkphandlooms.com என்ற முகவரியில் வெப்சைட் தொடங்கினால், உலகத்தில் யார் எங்கிருந்து வேண்டுமானாலும் www.rkphandlooms.com என்று டைப் செய்தால், உங்களது இணைய தளத்திற்கு செல்லலாம். உங்கள் நிறுவன ஏற்றுமதிக்காக 24 மணிநேரமும் உழைக்கும் ஒரே வேலையாள் உங்களது இணையத்தளம்தான்.

2. யெல்லோ பேஜஸ் (Yellow Pages)

உலகம் முழுவதும், தொலைபேசி டைரக்டரி தவிர "யெல்லோ பேஜஸ்" (Yellow Pages) டைரக்டரியும் வெளியிடப் படுகிறது. சாதாரண தொலைபேசி டைரக்டரி பெயர் வரிசைப்படி இருக்கும். யெல்லோ பேஜஸ் வியாபார/தொழில் வாரியாக இருக்கும்.

உதாரணமாக "இறக்குமதியாளர்கள்" (Importers) என்ற பகுதிக்குச் சென்றால், அந்த ஊரில் உள்ள இறக்குமதியாளர்கள் பெயர்/விலாசம்/தொலைபேசி எண்கள் இருக்கும். இது தொழில் ரீதியாக உள்ளவர்களை இணைக்க உதவும். இதுபோன்ற டைரக்டரிகள் அடிக்கடி புதுப்பிக்கப்படுவதால் "விலாசம் பழையது, தொலைபேசி எண் பழையது" என்ற பேச்சுக்கே இடமில்லை.

உதாரணமாக, துபாயில் இருக்கும் இறக்குமதியாளர்களை தொடர்புகொள்ள Dubai Yellow Pages உங்களுக்கு உதவும். முன்பெல்லாம் இந்த வகைப் புத்தகங்களை வாங்க அலைய வேண்டியிருக்கும். தற்போது பல ஊர்களின் Yellow Pagesஐ இன்டர்நெட்டிலேயே பார்க்கலாம்.

நீங்கள் ஏதாவது ஒரு தேடு இயந்திரத்திற்கு (Search Engine - www.google.com போன்று) சென்று Dubai Yellow Pages என்று டைப் செய்தால் அங்கு வெளியிடப்படும் Yellow Pages பற்றிய தகவல்கள் கிடைக்கும்.

இந்த புத்தகங்கள் உங்கள் அருகில் உள்ள நீங்கள் சார்ந்துள்ள சேம்பர் ஆப் காமர்ஸ் / ஏற்றுமதி மேம்பாட்டுக் குழு போன்ற இடங்களிலும் இருக்கும்.

உதாரணமாக, உங்கள் ஏற்றுமதி நிறுவனம் திருநெல்வேலியில் உள்ளது என வைத்துக்கொள்வோம். நீங்கள் திருநெல்வேலியில் இருந்து வெளியிடப்படும் யெல்லோ பேஜிலும், சென்னையிலிருந்து வெளியிடப்படும் யெல்லோ பேஜிலும் உங்கள் நிறுவனப் பெயரை ஏற்றுமதியாளர் என்ற வரிசையில் பதிவு செய்தால், வெளிநாட்டில் இருந்து பலர் உங்களை தொடர்புகொள்ள வாய்ப்பு உண்டு.

3. இந்திய வர்த்தக டைரக்டரிகள்

இந்தியாவிலிருந்து பல ஏற்றுமதியாளர் / இறக்குமதியாளர் டைரக்டரி வெளியிடப்படுகிறது. அவற்றில் பல ஏற்றுமதியாளர் / இறக்குமதியாளர் பற்றிய விபரங்களை இலவசமாக வெளியிடுகிறார்கள். மற்றவர்கள் சிறிதளவு பணம் வாங்கிக்கொண்டு விபரங்களை வெளியிடுகிறார்கள்.

இந்த டைரக்டரிகள் உலகின் பல பகுதிகளில் உள்ள வர்த்தகசபை நூலகங்கள், தூதரகங்கள், ஏற்றுமதி/இறக்குமதி அபிவிருத்திக் கழகங்கள் ஆகிய இடங்களில் பார்வைக்கு வைக்கப்படுவதால் உங்களுக்கு ஆர்டர்கள் தேடிவர வாய்ப்புள்ளது. இந்தியாவில் Director General of Commercial Intelligence and Statistics, 1 Council Street, Kolkatta - 700 001 என்ற நிறுவனம் வெளியிடும் டைரக்டரி மிகவும் பிரசித்தி பெற்றது. இது பொருள் வாரியாகவும், ஏற்றுமதியாளர் அகர வரிசைப்படியும் வெளியிடப்படுகிறது. இந்த டைரக்டரி தவிர பொருள் வாரியாக கேட்லாக்கும் வெளியிடுகின்றனர்.

இது தவிர, இந்திய வர்த்தக டைரக்டரிகள் பல இன்டர்நெட் தளங்களில் உள்ளது. இவற்றில் உங்கள் நிறுவனத்தை இலவசமாக பதிவு செய்து கொள்ளலாம். சிலவற்றில் பணம் கட்ட வேண்டும். இன்டர்நெட்டில் இதுபோன்ற டைரக்டரிகள் நூற்றுக்கணக்கில் இருக்கிறது.

4. உலக வர்த்தக டைரக்டரிகள்

உலகம் முழுவதும் வர்த்தக டைரக்டரிகளும் / இதழ்களும் வெளியிடப்படுகின்றன. இவற்றில் பலவற்றை நீங்கள் உங்கள் ஏற்றுமதி மேம்பாட்டுக்குழு / வாரியக்குழு / வர்த்தக சபைகள் மூலம் பார்க்க நேர்ந்தாலும், நீங்கள் முக்கியமாக கவனிக்க வேண்டியது அவை புதியதா? பழையதா?

வர்த்தக டைரக்டரிகள் வருடம் ஒரு முறை புதுப்பிக்கப்படுகிறது. நீங்கள் பழைய டைரக்டரிகளை பார்த்து வெளிநாட்டு

நிறுவனங்களை தொடர்புகொண்டு உங்கள் நேரத்தை வீணடிக்க வேண்டாம். இதுபோல வெளிநாட்டு டைரக்டரிகள் இன்டர் நெட்டில் பல உள்ளன.

5. வெளிநாட்டுப் பயணம்

கொஞ்சம் ஆங்கில அறிவும், விற்பனைத் திறமையும், பயணம் செய்யும் ஆர்வமும் இருந்தால்.. விடுங்கள் ஜுட் இன்றே வெளிநாட்டுக்கு. ஏற்றுமதி ஆர்டர் சேகரிப்புக்கு சேகரிப்பு.. அதேசமயம் விடுமுறைக்கு விடுமுறை..

உங்கள் பொருட்கள் விற்பதற்கு ஏற்ற நாடாகத் தேர்ந்தெடுங்கள். இந்தியாவின் பெரிய ஏற்றுமதியாளர்களில் ஒருவர் வெளிநாட்டுப் பயணத்தின் பயன்களைக் கூறுகிறார்.. கேளுங்கள்.

ரஜ்னிஷ் வதேரா என்ற அவர் டாடா இரும்பு எஃகு உருக்கு ஆலையில், இரும்பு விற்பனைப் பிரிவில் அதிகாரியாக வேலை பார்த்துக் கொண்டிருந்தார். நீண்டநாட்களுக்கு அந்த க்ரே கலர் இரும்பையே விற்றுக் கொண்டிருப்பது அவருக்குப் பிடிக்க வில்லை. 1982ல் தன்னுடைய வேலையை ராஜினாமா செய்துவிட்டு சொந்தமாக துணிகள் ஏற்றுமதி நிறுவனத்தை ஆரம்பித்தார். ரூ.25000 மூலதனமாகப் போட்டுத் தொடங்கினார்.

ஐரோப்பிய நாடுகளில் ஏற்றுமதி வாய்ப்புக்கள் அதிகம் இருப்பதாக அறிந்தவுடன், தன்னிடமிருந்த சேமிப்பையெல்லாம் எடுத்துக்கொண்டு ஐரோப்பிய நாடுகளுக்கு சென்றார். ஜெர்மனி, பிரான்ஸ் ஆகிய நாடுகளின் சிறிய நகரங்களைக் கூட விடவில்லை. அந்த ஊரில் Yellow Pages புத்தகத்தை வாங்கி துணி வியாபாரிகளைப் பற்றி அறிந்து அவர்களிடம் சென்று சாம்பிள்கள் காட்டி ஆர்டர் பெற்று வந்தார். சிறந்த சரக்குகளை அனுப்பினார். ஏற்றுமதி பெருகியது. தற்போது ஏற்றுமதி 15 கோடிகளுக்கு மேல்.

ஆர்டர் சேகரிக்க வெளிநாடு செல்வதால் மற்றொரு லாபம். நீங்கள் அவருடைய நிறுவனத்தை நேரடியாகப் பார்க்கிறீர்கள். அவருடைய வியாபாரத்தைப் பார்க்கிறீர்கள். அருகில் அந்த நிறுவனத்தைப் பற்றி விசாரிக்க இயலும். ஆதலால் நம்பிக்கையுடன் ஏற்றுமதி செய்யலாம்.

6. உள்நாட்டு வெளிநாட்டு வர்த்தகக் கண்காட்சிகள்

நீங்கள் தனிப்பட்ட முறையில் வெளிநாடு சென்று முயற்சி செய்வதற்கு தனித்திறமை வேண்டும். அது எல்லோருக்கும் வராது.

ஆதலால் வாங்குபவர்கள் அனைவரையும் ஒன்றுபடுத்தி சந்தைப் படுத்த வர்த்தகக் கண்காட்சிகள் நம் நாட்டிலும், வெளிநாட்டிலும் ஏராளமாக நடக்கின்றன. இவற்றை தனிப்பட்ட நிறுவனங்கள், சேம்பர் ஆப் காமர்ஸ், ஏற்றுமதி மேம்பாட்டுக் குழுக்கள், கன்பெடரேஷன் ஆப் இந்தியன் இண்டஸ்ட்ரீஸ், இந்திய வர்த்தக மேம்பாட்டு அமைப்பு (ITPO) ஆகியவை நடத்துகின்றன.

இந்தியாவில் சிறிய அளவில் வியாபாரம் செய்பவர்கள், ஏற்றுமதி வியாபாரத்தில் ஈடுபட விரும்பினால் உள்நாட்டு வர்த்தகக் கண்காட்சிகள் அவர்களுக்கு ஒரு வரப்பிரசாதம். இவற்றில் கலந்து கொள்ள ஆகும் செலவுகள் குறைவு.

உள்நாட்டு வர்த்தகக் கண்காட்சியில் கலந்து கொள்வதால் என்ன லாபம்?

- உலகத்தின் பல பாகங்களிலிருந்தும் பார்வையாளர்கள் வருவார்கள்.
- வாங்குபவர்களை நேரடியாக சந்திக்கும் வாய்ப்பு கிடைக்கிறது.
- உள்நாட்டு, வெளிநாட்டு போட்டியாளர்களை தெரிந்து கொள்ள ஒரு வாய்ப்பு
- இதன் மூலம் கிடைக்கும் ஆர்டர்களை வைத்து உங்களுடைய உற்பத்தியை திட்டமிட வாய்ப்பு.
- வெளிநாட்டில் கண்காட்சியில் கலந்துகொள்வதை விட செலவு குறைவு.

7. வெளிநாட்டு வர்த்தகக் கண்காட்சிகள்

வெளிநாட்டு வர்த்தகக் கண்காட்சிகளில் கலந்து கொள்ள அதிகம் செலவாகும். ஆனால், அதிக பார்வையாளர்களை ஈர்க்க இது ஒரு வாய்ப்பு.

ஒரே நாட்டைச் சேர்ந்த வாங்குபவர்கள் (Buyers) பலரை ஒரு சேரக் காண அருமையான வாய்ப்பு. ஆதலால் அந்த நாட்டு மக்களின் ரசனைகள், விலை விபரம், பொருட்களில் என்ன மாற்றங்கள் செய்யவேண்டும் என்ற விபரங்கள் தெரியவரும்.

உங்களது நிறுவனம் வளர்ச்சியடைந்த நிலையில் வெளி நாட்டு வர்த்தகக் கண்காட்சிகளில் கட்டாயம் நீங்கள் கலந்து கொள்ள வேண்டும்.

உங்களது துவக்கம் உள்நாட்டு வர்த்தகக் கண்காட்சியில் தொடங்கட்டும்.

8. ஏஜெண்ட்டுகள்

உங்களுக்கு ஏற்றுமதி ஆர்டர்கள் பெற்றுத்தர சிறந்த மற்றும் பாதுகாப்பான வழிகளில் ஒன்று, ஏஜெண்ட்டுகள் மூலம் ஆர்டர்கள் பெறுவது.

ஏற்றுமதியாளர்களுக்கும், இறக்குமதியாளர்களுக்கும் இடையே ஏஜெண்ட்டுகள் பாலமாக விளங்குகின்றனர். இவர்கள் மூலம் ஆர்டர் பெறுவதற்கு நீங்கள் கமிஷன் கொடுக்க வேண்டியிருக்கும்.

ஏஜெண்ட்டுகள் மூலம் ஆர்டர் பெறுவதால் என்ன லாபம்?

- நீங்கள் ஏற்றுமதி செய்யப்போகும் பொருட்களுக்கான அந்நாட்டு சட்டதிட்டங்களை நீங்கள் புரிந்துகொள்ள உதவுவார்.

- அந்நாட்டு மக்களின் ரசனை, பொருட்களில் தேவையான மாற்றங்கள் குறித்து கருத்து தெரிவிப்பார்.

- உங்களது பொருட்களைப் பற்றி வாங்குபவருக்கு தெளிவாக எடுத்துக் கூற அவரால் இயலும்.

- ஏற்றுமதிக்கான பணத்தைப் பெறுவதில் சிரமம் இருக்காது. இதுபோன்ற ஏஜெண்ட்டுகள் வெளிநாட்டிலும் இருக்கலாம். இந்தியாவிலும் இருக்கலாம். ஏஜெண்ட்டுகளின் முக வரியைப் பெறுவது எப்படி? அவர்களில் நல்லவர்கள், கெட்டவர்கள் என்று எப்படிக் கண்டுபிடிப்பது?

ஏஜெண்ட்டுகளின் முகவரியைப் பெற

- வெளிநாட்டுத் தூதரகம் (இந்தியாவில் உள்ளவை)
- வெளிநாட்டில் உள்ள இந்தியத் தூதரகங்கள்
- முன்பு ஏற்றுமதி செய்தவர்கள்
- சேம்பர் ஆப் காமர்ஸ்
- நீங்கள் சார்ந்த ஏற்றுமதி மேம்பாட்டுக்குழு (EPC)
- இன்டர்நெட் தேடும் இயந்திரம் (Search Engine)

* வெளிநாட்டுப் பத்திரிக்கைகளில் நீங்கள் விளம்பரம் செய்வதன் மூலமாகவும் பெறலாம்.
* வெப்சைட்டுக்களில் ஆயிரக்கணக்கில் ஏஜெண்டுகளின் முகவரிகள் உள்ளது. அவர்களில் நல்லவர்களை தேடிப் பிடித்து முயற்சி செய்யவேண்டும். அரசாங்கம் ஸ்பான்சர் செய்துள்ள வெப்சைட்டுக்கள் / அரசாங்கத்தின் வெப்சைட்டுக் களில் வெளியிடப்பட்டிருக்கும் முகவரிகள் உண்மையானதாக இருக்கும். நம்பி அவர்களை தொடர்பு கொள்ளலாம்.
* ஏஜெண்டுகளின் டைரக்டரியும் (Agents Directory) வெளியிடப்படுகிறது. அதிலிருந்தும் பெறலாம். இந்தியாவில் மிகவும் பிரபலமான Agents Directory, ANUPAM PUBLISHERS, Delhi-யிலிருந்து வெளியிடப்படும். 'WORLD DIRECTORY OF AGENTS AND DISTRIBUTORS' ஆகும்.

9. **சந்தை [மார்க்கெட்] ஆய்வு அறிக்கைகள் / வெளிநாடு செல்லும் பிரதிநிதிகள் குழுவின் ஆய்வு அறிக்கைகள்**

இந்திய அரசாங்கம், தனியார் நிறுவனங்கள், அரசாங்கம் சார்ந்த நிறுவனங்கள் வெளிநாடுகளுக்கு குழுக்களை அனுப்பி அந்த நாட்டில் நமது நாட்டுப் பொருட்களுக்கு வாய்ப்புகள் எப்படியுள்ளது என ஆராய்ந்து அறிக்கை தரும்படி கூறுகின்றன.

அதன்படி பல குழுக்கள், பல வெளிநாடுகளில் பயணம் செய்து அறிக்கைகள் தருகின்றன. இவ்வகை ஆய்வு அறிக்கைகள் உங்களுக்கு மிகவும் உதவியாக இருக்கும்.

இவ்வகை அறிக்கைகள் நாடு வாரியாக/ பொருள் வாரியாக வெளியிடப்படுகிறது. இவை நீங்கள் சார்ந்துள்ள ஏற்றுமதி மேம்பாட்டுக்குழு, வாரியக்குழு, ITPO, IIFT (Indian Institute of Foreign Trade, Delhi) ஆகிய இடங்களில் கிடைக்கும். சில சமயம் புத்தகங்களாக விலைக்கும் கிடைக்கிறது.

1. ITPO அலுவலகத்தின் சென்னை முகவரி
   India Trade Promotion Office, Rajah Annamalai Building,
   18A, Rukhmani Lakshmipathi Rd,
   Egmore, Chennai - 600 008.

2. ITPO வின் (India Trade Promotion Organisation) இணையதளம்
   www.indiatradefair.com

அரசாங்க நிறுவனமான இந்திய வர்த்தக முன்னேற்ற நிறுவனத்தின் (ITPO) இணையத்தளமாகும். இத்தளத்தில்:

- சந்தை ஆய்வு அறிக்கைகள்
- வர்த்தகக் கண்காட்சிகள்
- வாங்குபவர் / விற்பவருக்கான தகவல் பலகை
- மெம்பராகச் சேருபவர்களுக்கு பல சலுகைகள் உண்டு. (சென்று பாருங்கள். நல்ல தளம்.)

10. நண்பர்கள் / உறவினர்கள்

உங்கள் ஏற்றுமதி வளர்ச்சிக்கு வெளிநாட்டில் வசிக்கும் நண்பர்களும், உறவினர்களும் பெரும்பங்கு வகிக்கலாம். நீங்கள் உங்கள் நண்பர்களையும், உறவினர்களையும் தொடர்புகொண்டு உங்களுடைய ஏற்றுமதி விருப்பத்தைக் கூறி, அங்கு அத்தகைய பொருட்களுக்கு வரவேற்பு இருக்கிறதா என்று கண்டறியுங்கள்.

அவர்களும் அங்கு தொழில் செய்து வருவார்களேயானால், அதுவே உங்களுக்கு சாதகமாக முடியும். இவ்வாறு சிறிய அளவில் ஆரம்பிக்கப்பட்ட ஏற்றுமதிகள் பெரிய அளவில் பெருகியுள்ளன. இவ்வகை ஏற்றுமதி, அதிக பணம் செலவில்லாதவை. மொழிப் பிரச்சனையும் ஏற்பட வாய்ப்பு இல்லை.

புதிய ஏற்றுமதியாளருக்கு, ஏற்றுமதியில் ஏற்படும் சங்கடங்களை தவிர்க்கவும், அனுபவம் ஏற்படவும் நண்பர்கள் / உறவினர்கள் மூலமாக செய்யப்படும் ஏற்றுமதி உதவும். உங்களுக்கு மனதில் ஒரு நம்பிக்கையையும் ஏற்படுத்தும்.

11. வெளிநாட்டுப் பத்திரிக்கையில் விளம்பரங்கள்

உங்களுடைய பொருட்களுக்கு இலங்கையில் அதிக வரவேற்பு இருப்பதாக நீங்கள் அறிந்தால், அந்த நாட்டுப் பத்திரிக்கையில் ஒரு விளம்பரம் கொடுத்தால் நிச்சயம் நல்ல வரவேற்பு இருக்கும்.

பல வெளிநாட்டுப் பத்திரிக்கைகளுக்கு இந்தியாவிலேயே ஏஜெண்டுகள் உள்ளனர். இதுதவிர இந்தியப் பத்திரிக்கைகளும் வெளிநாட்டுப் பத்திரிக்கைகளும் நட்புறவு வைத்து நாடுவாரியாக சிறப்பு இதழ்களை வெளியிடுகின்றன. விளம்பரப்படுத்துவது இயலாத காரியம். செலவுகள் அதிகமாகும்.

12. இன்டர்நெட்டில் விளம்பரங்கள்

இன்டர்நெட்டை நீங்கள் அதிகம் உபயோகிப்பவராக இருந்தால், மேல்பக்கம் மற்றும் பக்கவாட்டில் ஓடிக்கொண்டிருக்கும் விளம்பரங்களைப் பார்த்து இருப்பீர்கள். இவ்வகை விளம்பரங்கள் உங்களின் குறிப்பிட்ட வகை இறக்குமதியாளரை அடைய உதவும். உதாரணமாக நீங்கள் வாசனைப் பொருட்கள் ஏற்றுமதி செய்பவராக இருந்தால், வாசனைப் பொருட்கள் சம்பந்தப்பட்ட இன்டர்நெட் தளங்களில் மட்டும் விளம்பரம் செய்தால், அது நீங்கள் நினைக்கும் வாடிக்கையாளர்களை அடைய உதவும்.

முன்பு இன்டர்நெட் விளம்பரங்களுக்கு கட்டணங்கள் மிக அதிகமாக இருந்தது. தற்போது போட்டியால் மிகவும் குறைந்துவிட்டது. முயன்று பாருங்கள்.

20. ஏற்றுமதி ஒப்பந்தம் (Export Contract)

நீங்கள் தொலைபேசி / கடிதம் / ஈ-மெயில் / பேக்ஸ் மூலமாக முடிவு செய்து கொண்ட ஏற்றுமதி ஆர்டரை ஏற்றுமதி ஒப்பந்தமாக செய்துகொள்வது அவசியம். இவ்வகை ஒப்பந்தம் உங்களுக்கு பலவகைகளில் சர்ச்சைகள் / பிரச்சனைகள் / சந்தேகங்களை தீர்க்க உதவும். நீங்கள் வங்கியில் ஏற்றுமதிக் கடன் வாங்கவும் இவ்வகை ஒப்பந்தங்கள் தேவைப்படும்.

ஏற்றுமதி ஒப்பந்தங்களில் கீழ்க்கண்டவை இருக்குமாறு பார்த்துக் கொள்ளவும்.

1. PRODUCT SPECIFICATION

நீங்கள் ஏற்றி அனுப்பப் போகும் சரக்குகளின் பெயர் மற்றும் விபரங்கள்

2. QUANTITY AND PRICE

அனுப்பப்போகும் சரக்குகளின் மொத்த அளவு/ எடை/ எண்ணிக்கை மற்றும் விலை விபரம்.

3. CONTRACT VALUE (in USD)

ஏற்றுமதி ஒப்பந்தத்தின் மொத்தத் தொகை. வெளிநாட்டு நாணய மதிப்பில் இருப்பது நல்லது. (பெரும்பாலும் அமெரிக்க டாலரில்)

4. INSPECTION

அனுப்பப்போகும் சரக்குகள் பரிசோதனை செய்யப்படவேண்டுமா? யாரால்? எப்போது? பரிசோதனைக் கட்டணம் யாரைச் சேர்ந்தது?

5. TERMS OF DELIVERY (FOB/ CIF/ FCA etc.)

சரக்குகளின் விலைக்குறியீடு குறிப்பிடப்படவேண்டும். விலைக் குறியீடுகள் பற்றி முன்பே மிக விரிவாகப் பார்த் திருக்கிறோம்.

6. TERMS OF PAYMENT (SIGHT / USANCE)

பணம் உடனடியாக வருமா? அல்லது குறிப்பிட்ட காலத் திற்கு பின் வருமா? உதாரணமாக சரக்குகளை அனுப்பி 60 நாட்கள் கழித்து பணம் தருவதாக இறக்குமதியாளர் ஒத்துக் கொண்டிருந் தால், அதுபற்றி குறிப்பிடப்படவேண்டியது மிகவும் அவசியம்.

சரக்குகளை கடனுறுதிக் கடிதம் (Letter of Credit) மூலமாக அனுப்புவதா? அல்லது கலெக்ஷன் (Collection) முறையில் அனுப்புவதா?

7. PORT OF SHIPMENT / PORT OF DESTINATION (shipment from..to..)

சரக்குகளை எந்த இடத்திலிருந்து எந்த இடம் வரை அனுப்ப வேண்டும்.

8. PERIOD OF DELIVERY / SHIPMENT

எந்த நாள் / எந்த மாதத்திற்குள் சரக்குகள் அனுப்பப்பட வேண்டும்.

9. PACKING, LABELLING AND MARKING

பார்க்கிங், லேபிளிங், மார்க்கிங் (குறியீடு) எப்படி இருக்க வேண்டும்?

10. TAXES, DUTIES AND CHARGES

டாக்ஸ், டியூட்டி, வரிகள் யாரைச் சேர்ந்தது?

11. DOCUMENTARY REQUIREMENTS *(என்னென்ன ஆவணங்கள் இணைக்கப்படவேண்டும்?)*

Invoice

BL/AWB

Certificate of Origin

Packing List

Weight List

Insurance Policy

Inspection Certificate

Other Certificate

12. FORCE MEJEURE CLAUSE

நீங்கள் எதிர்பாராத சந்தர்ப்பத்தில் / சூழ்நிலையில் ஏற்றுமதி செய்ய இயலாவிட்டால் அதற்கான Clause போடுவது நல்லது.

உதாரணம் உள்நாட்டு சண்டை, நாடுகளுக்கிடையேயான சண்டை, பூகம்பம் போன்ற இயற்கை விளைவுகளால் ஏற்றுமதி செய்ய இயலாவிட்டால் அதற்கான நஷ்டஈடு கோர முடியாது என்ற ஷரத்துக்கள் போடுவது நல்லது. கண்முன்னே நடந்த குஜராத் பூகம்பம் ஒரு சாட்சி. பல ஏற்றுமதியாளர்கள் ஏற்றுமதி செய்ய இயலவில்லை. இந்த ஷரத்து நஷ்டத்தைத் தவிர்க்க உதவும்.

13. ARBITRATION CLAUSE

நடுவர் தீர்ப்பு சம்பந்தப்பட்ட ஷரத்து. உங்களுக்கும், இறக்கு மதியாளருக்கும் பிரச்சனைகள் ஏற்பட்டால் அது எவ்வாறு தீர்க்கப் படவேண்டும் என்று ஏற்றுமதி ஒப்பந்தத்தில் எழுதுவது நல்லது.

மேலே ஏற்றுமதி ஒப்பந்தத்தில் உள்ள கடனுறுதிக் கடிதம் (Letter of Credit), இன்ஸ்பெக்ஷன், நடுவர் தீர்ப்பு போன்றவைகளை பின்னர் விரிவாகப் பார்க்கலாம்.

21. ஏற்றுமதியில் பணம் பெறும் முறைகள்

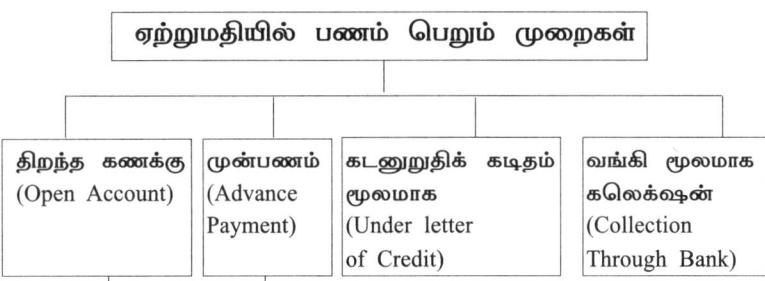

ஏற்றுமதியில் பணம் பெறும் முறைகள்

திறந்த கணக்கு (Open Account)	முன்பணம் (Advance Payment)	கடனுறுதிக் கடிதம் மூலமாக (Under letter of Credit)	வங்கி மூலமாக கலெக்ஷன் (Collection Through Bank)

மேலே கண்ட இரண்டு முறைகளிலும் ஏற்றுமதிக்கான பணம் பெறும் முறைகள் கீழே கொடுக்கப்பட்டுள்ளது.

1. வங்கி காசோலை (Cheque), டிராப்ட் (Draft) டி.டி (D.D)

2. வெளிநாட்டுப் பணமாக (Foreign Currency), வெளிநாட்டு டிராவலர்ஸ் செக் (TC) [வெளிநாட்டிலிருந்து இறக்குமதியாளர் இந்தியா வந்திருந்தாரெனில் இவ்வகையில் பெறலாம்]

3. வெளிநாட்டிலிருந்து உங்களிடம் சரக்குகள் வாங்குபவர், வெளிநாட்டில் வாழும் இந்தியராக இருப்பாரெனில் அவருடைய இந்தியக் கணக்கான FCNR/NRE அக்கவுண்டில் இருந்தும் ஏற்றுமதிக்கான பணத்தைப் பெறலாம்.

4. உங்களது நிறுவனம் கிரெடிட் கார்டுகளை ஏற்றுக்கொள்ளும் நிறுவனமாக இருந்து, வெளிநாட்டிலிருந்து சரக்குகளை வாங்க இந்தியா வந்திருப்பவரிடம், அவருடைய International Credit Card ஐ உபயோகித்து ஏற்றுமதிக்கான பணத்தைத் தரலாம்.

திறந்த கணக்கு

சரக்குகளை ஏற்றி அனுப்பிவிட்டு, பணத்தை பின் பெற்றுக் கொள்வது திறந்த கணக்கு என்று அழைக்கப்படும். ஏற்றுமதியாளரும், இறக்குமதியாளரும் நன்கு அறிமுகமானவராக இருந்தால்தான் இவ்வகை ஏற்றுமதி சாத்தியமாகும். இவ்வகை ஏற்றுமதியால் என்ன லாபம் என்று கேட்பீர்களேயானால், அதற்கு பதில்... வங்கிச் செலவுகளை குறைக்கலாம். (L/C open பண்ணுவது

போன்ற செலவுகளை). அறிமுகம் இல்லாதவராக இருந்தால், இவ்வகையில் ஏற்றுமதி செய்யக்கூடாது.

முன்பணம்

நீங்கள் ஏற்றுமதி செய்யப்போகும் கம்பெனி/நபர் உங்களுக்குத் தெரியாதவராக இருந்தாலும், ஏற்றுமதி செய்யப் போகும் மொத்தப் பொருட்களின் விலையும் குறைவாக இருப் பினும், அவரிடமிருந்து நூறு சதவீதம் முன்பணம் வாங்கிக்கொண்டு ஏற்றுமதி செய்வது நலம்.

ஆனால், அவர் உங்களை நம்பி எப்படி முன்பணம் அனுப்புவார்? உங்கள் கம்பெனிப் பொருட்கள் தரமானதாகவும், அவர் கவனத்தை கவரும் விதமாக இருந்தாலும், அல்லது ஏஜெண்டுகள் யாராவது உங்கள் இருவரின் வியாபாரத்திற்கு நடுவே இருந்தாலும்தான் முன்பணம் பெறுவது சாத்தியம்.

வெளிநாட்டு வர்த்தகத்தில் பல முறைகேடுகள் நடக்கின்றன. உங்களுடைய பொருட்கள் பிடித்துள்ளதாகவும் அமெரிக்காவில் மாற்றதக்க டாலர் செக் / டிடி அனுப்பியுள்ளதாகவும் உடனடியாக சரக்குகளை அனுப்பும்படியும் கூறுவார்கள்.

டாலர் செக் / டிடி வந்துவிட்டதே என்று எண்ணி ஏற்றுமதி செய்து விடாதீர்கள். பணத்தை அனுப்பியவரை தெரியாத பட்சத்தில் செக் / டிடியை மாற்றிய பின்னே ஏற்றுமதி செய்வது நலம். Contract-லும் இவ்வாறு போடுவது நல்லது.

செக்/டி.டியை கலெக்ட் செய்து உங்கள் கணக்கில் வரவு வைத்த பின்னும், வங்கிகள் செக் திரும்பி வந்துவிட்டது என்று உங்கள் கணக்கை Debit செய்யலாம். வங்கிகளில் செக்/டி.டி.யை கலெக்ட் செய்ய கொடுக்கும்போது Without Recourse Credit (அதாவது செக்/டி.டி.க்கு வங்கி கொடுத்த பணத்தை செக் திரும்பி வந்துவிட்டது என்று சில மாதங்கள் கழித்துக் கேட்காமல் இருப்பது) தருவார்களா என்று கேட்கவும். சில வங்கிகள் இவ்வகை வாய்ப்புக்களை அளிக்கிறது. அதற்காக சிறிது கட்டணம் கூடுதலாக வசூலிப்பார்கள். செக்/டி.டி. திரும்பி வந்தாலும் உங்கள் கணக்கை Debit செய்ய மாட்டார்கள். செக் திரும்பி வரும் என்று கேள்விப்பட்டிருக்கிறோம். டி.டி எப்படித் திரும்பி வரும் என்று கேட்கிறீர்களா? போலி டி.டி.களை பலர் தயாரிக்கின்றனர். இதனால்தான் கூறுகிறோம். டி.டி. என்றதும் மயங்கிவிடாதீர்கள்.

சில வங்கிகள் செக் / டி.டி.யை கலெக்ட் செய்ய 15 நாட்கள் எடுத்துக்கொள்ளும். சில வங்கிகள் 40 நாட்கள் வரை எடுத்துக் கொள்ளும். இதனால்தான் முன்பே கூறியபடி, நீங்கள் ஏற்றுமதியில் ஈடுபட்டுள்ளவராக இருந்தால், ஏற்றுமதி / இறக்குமதியில் அனுபவம் வாய்ந்த வங்கியில் கணக்கு வைத்துக்கொள்வது நல்லது. வங்கிகள் உங்களுக்கு உதவும் வங்கியாக இருக்க வேண்டும். உங்களுக்கு மேலும் கற்றுக்கொடுக்கும் வங்கியாக இருக்க வேண்டும். உங்களிடமிருந்து அவர்கள் கற்றுக் கொள்ளும்படியாக இருக்கக்கூடாது.

அல்லது இந்தியாவில் மாற்றத்தக்க டாலர் டி.டியாக அல்லது இந்திய ரூபாய் டி.டி.யாக பெறுவது நல்லது. இந்த வசதி பெரும்பாலான வெளிநாடுகளில் உள்ளது. உங்களிடமிருந்து சரக்குகளை வாங்குபவர், இந்தியாவுக்கு பணம் அனுப்ப வேண்டும் என்று கூறி, இந்தியாவின் பெருநகரங்களில் (சென்னை, மும்பை, கல்கத்தா, டில்லி) மாற்றத்தக்க டி.டி. பெற இயலும். இவ்வகையில் டி.டி. பெற்றால் பணமும் உங்களை விரைவில் வந்தடையும். Without Recourse Credit-ம் தேவையில்லை.

செக், டி.டி.யை விட எளிதானது, பணத்தை Telegraphic Transfcr (T.T) மூலமாக பெறுவதுதான். தற்போது வங்கிகளில் Swift என்ற முறையில் பணம் அனுப்பப்படுவதால் பணம் உங்களை விரைவாக வந்தடைகிறது. செக்கில், டி.டியில் உள்ள தொந்தரவுகள் இல்லை.

கடனுறுதிக் கடிதம் (Letter of Credit)

ஏற்றுமதி சரக்குகளை நேரடியாக இறக்குமதியாளருக்கு கடனுக்கு அனுப்புவதிலும், வங்கி மூலமாக கலெக்ஷனில் அனுப்புவதிலும் (D/A மற்றும் D/P முறைகளில்) தவிர்க்க முடியாத நஷ்டங்கள் ஏற்பட வாய்ப்புண்டு.

இதைத் தவிர்க்க உலகளவில் பயன்படுத்தப்படும் ஆவணம் "கடனுறுதிக் கடிதம்" (Letter of Credit) எனப்படும்.

உலக வர்த்தகத்தில் பெரும்பாலும் ஒருவரை ஒருவர் (ஏற்றுமதியாளர் - இறக்குமதியாளர்) பார்த்துக் கொள்ளாமலேயே நடக்கிறது. L/C என அழைக்கப்படும் "கடனுறுதிக் கடிதம்" (Letter of Credit) இவர்களை இணைக்கும் பாலமாக திகழ்கிறது. வங்கிகள் கடனுறுதிக் கடிதங்களை அளிக்க உதவுகின்றனர்.

L/C என்றால் என்ன?

இறக்குமதியாளர் வங்கி, இறக்குமதியாளர் சார்பாக - ஏற்றுமதியாளருக்கு அவர் வங்கி மூலமாக அளிக்கும் நம்பிக்கைக் கடிதம் தான் L/C எனப்படும்.

ஏற்றுமதியாளர் L/Cயில் உள்ள விதிகளுக்கு உட்பட்டு ஏற்றுமதி செய்து, அதற்கான சரியான (Export documents) ஆவணங் களை (தவறில்லாமல்) வங்கியில் ஒப்படைப்பாரேயானால், அவருக்கு அந்த ஏற்றுமதிக்கான பணம் கிடைக்கும் என்ற உத்தரவாதம்தான் L/C.

L/Cயும் UCPDCயும்

L/C என்றவுடன் உங்களுக்கு ஞாபகம் வரவேண்டியது UCPDC தான். ஆனால் ஏற்றுமதியாளர்கள் பலருக்கு UCPDC பற்றிய சிந்தனை இல்லை. ஏற்றுமதி மேம்பாட்டுக் கழகங்களும் / வாரியங் களும் இதுபற்றி அதிகம் கவலைப்பட்டதாகத் தெரியவில்லை.

இறக்குமதியாளரும், ஏற்றுமதியாளரும் தெரிந்தவர்களாக இருக்கும் பட்சத்தில், ஏமாற்ற வேண்டும் என்ற எண்ணம் இல்லாத பட்சத்தில் L/C மூலமாக ஏற்றுமதிக்கு பணம் பெறுவது என்பது ஒரு சாதாரண காரியம்தான். ஆனால் நீங்கள் ஆரம்ப ஏற்றுமதி யாளராக இருக்கும்பட்சத்தில் UCPDC (Uniform Customs and Practice for Documentary Credits) என்ற விதிகள் பற்றிய அறிவு ஏற்படுத்திக் கொள்வது நல்லது.

UCPDC ஒவ்வொரு ஏற்றுமதியாளருக்கும் வேதம் போன்றது.

ஆனால் பல ஏற்றுமதியாளர்கள் இது பற்றித் தெரியாமலேயே ஏற்றுமதி செய்து கொண்டிருக்கிறார்கள். அவர்களும் பிரச்சனை எதையும் சந்திக்காததால் அது என்ன என தெரிந்து கொள்ள விரும்ப வில்லை. L/C சம்பந்தப்பட்ட ஏமாற்றுக்கள் நிறைய உலகளவில் நடைபெற்று வருவதால், தமிழ்நாட்டு ஏற்றுமதியாளர்கள் ஏமாறக்கூடாது என்பதுதான் நோக்கம்.

UCPDC என்பது விதி (Rule). இது சட்டமல்ல (Law). இதை ஒவ்வொரு ஏற்றுமதியாளரும் கட்டாயம் புரிந்துகொள்ள வேண்டும். 2007ல் திருத்தப்பட்ட இவ்விதிகளை உலகளவில் 180க்கும் மேற்பட்ட நாடுகள் பின்பற்றுகின்றன. 2007ல் திருத்தப் பட்ட UCPDC-ல் மொத்தம் 39 விதிகள் உள்ளன.

இந்த விதிகள் ஒவ்வொரு ஆவணங்களும் (Documents) எவ்வாறு தயாரிக்கப்பட வேண்டுமென அறிவுறுத்துகிறது. இதைப் படித்து இது சம்பந்தப்பட்ட அறிவை வளர்த்துக்கொள்வது மிகவும் முக்கியமானதாகும். நீங்கள் சரக்குகளை சிறந்த முறையில் தயாரிப்பவராக இருந்தாலும், ஆவணங்களில் தவறு இருக்கும் பட்சத்தில், ஆவணங்கள் நிராகரிக்கப்படும். உங்கள் ஏற்றுமதிப் பணம் கிடைக்கப் பெறாத ஒரு சூழ்நிலை உருவாகும்.

வங்கி மூலமாக கலெக்ஷன் (Documents on Collection Basis through Bank)

'முன் பணம்' பெற்று ஏற்றுமதி செய்வது ஏற்றுமதியாளர்களுக்கு சாதகமாக இருக்கும். திறந்த கணக்கு (Open A/c) மூலமாக இறக்குமதி செய்வது இறக்குமதியாளர்களுக்கு சாதகமாக இருக்கும். இருவரும் தெரிந்தவராக இருக்கும் பட்சத்தில், இருவருக்கும் சாதகமாக, இருவர்களின் நலன்களையும் காக்குமாறு இருக்கும் ஒரு வகை பணம் பெறும் முறை 'வங்கி மூலமாக கலெக்ஷன்' எனப்படும். இவ்வகையில், ஏற்றுமதியாளர் சரக்குகளை ஏற்றி அனுப்பிவிட்டு அதற்கான ஆவணங்களை தனது வங்கியில் சமர்ப்பிக்கிறார். ஆவணங்கள் இறக்குமதியாளரின் வங்கிக்கு அனுப்பப்படுகிறது. அங்கு ஆவணங்கள், இறக்குமதியாளரிடம் கீழ்க்கண்ட நிபந்தனைக்குட்பட்டு கொடுக்கப்படுகிறது.

Sight Document ஆக இருந்தால் அந்த Document-க்கான பணத்தைப் பெற்றுக்கொண்டு டாக்குமெண்ட்ஸ் அவரிடம் கொடுக்கப்படுகிறது.

Usance Document ஆக இருந்தால், அந்தக் குறிப்பிட்ட Usance காலம் முடிந்தவுடன் அதற்கான பணத்தை தருகிறேன் என்று (Bill of Exchange) உண்டியல் பின்புறம் இறக்குமதியாளர் Accept செய்து கொடுத்தவுடன் டாக்குமெண்ட்ஸ் (Documents) அவரிடம் கொடுக்கப்படும்.

கலெக்ஷன் மூலம் நீங்கள் ஏற்றுமதி செய்தால், அது இண்டர்நேஷனல் சேம்பர் ஆப் காமர்ஸின் விதிகளான Uniform Rules for Collection-க்கு உட்பட்டதாகும். ஏற்றுமதியாளர், இறக்குமதியாளர் இடையே சச்சரவுகள் ஏற்பட்டால் அது மேற்சொன்ன விதிகளுக்கு உட்பட்டு தீர்க்கப்பட வேண்டும்.

கலெக்‌ஷன் மூலம் ஏற்றுமதி செய்வதால் என்ன லாபம்?

ஏற்றுமதியாளர், இறக்குமதியாளர் ஒருவருக்கொருவர் தெரிந்தவராக இருக்கும் பட்சத்தில் ஆவணங்களை Collection மூலமாக அனுப்புவதால், L/C Open செய்ய ஆகும் செலவுகளைக் குறைக்கலாம்.

மேலும் Collection கமிஷன் தற்போது குறைந்து வருகிறது. வங்கிகள் ஏற்றுமதியாளரைப் பொறுத்து கூடுதலாகவோ, குறைவாகவோ வாங்கலாம். தற்போது வங்கிகளுக்கு இடையே போட்டிகள் இருப்பதால் கலெக்‌ஷன் கமிஷன் குறைந்து வருகிறது.

குறைகள் என்ன?

வங்கி மூலமாக ஆவணங்களை Collection-க்கு அனுப்பும் போது, பணம் வராவிட்டால் வங்கி பொறுப்பேற்காது. பணம் வசூலிக்க வேண்டியது உங்கள் பொறுப்பு.

முன்பின் தெரியாதவருக்கு ஏற்றுமதி Collection மூலம் செய்தால், அவர் சரக்குகளை பெற்றுக் கொண்டு, குறித்த காலத்தில் பணம் செலுத்தாமலிருக்க வாய்ப்புண்டு.

நீங்கள் முதன்முதலில் ஏற்றுமதி செய்யும்போது உங்களிடமிருந்து சரக்குகளை வாங்குபவர், சரக்குகளை கலெக்‌ஷன் மூலமாக அனுப்பச் சொன்னால், அந்த இறக்குமதியாளரைப் பற்றி நல்ல அபிப்ராயம் இருந்தால் மட்டுமே தாங்கள் ஏற்றுமதி செய்ய வேண்டும். இல்லாவிடில் உங்களது சரக்குகளை அவர் எடுத்துக்கொண்டு பணம் தராமலிருக்க வாய்ப்புக்கள் உண்டு.

22. ஏற்றுமதிக்கு முன் பரிசோதனை
(Export Pre-Shipment Inspection)

உள்நாட்டு வர்த்தகத்தில் பலருக்கு சரக்குகளை வாங்கும் போது நேரடியாக சந்தைக்குப் போய், மொத்தச் சரக்கையும் பார்த்து, வாங்கி கோடவுனுக்கு கொண்டு செல்வது திருப்தி அளிக்கும். இதுவே பல சமயங்களில் முடியாத காரியமாகும்.

ஏற்றுமதி வர்த்தகம் பொதுவாகவே வாங்குபவர் (Importer), விற்பவரை (Exporter) பார்க்காமலும், சரக்குகளின் மாதிரியை (Sample) வைத்தும், முந்தைய ஏற்றுமதி அனுபவத்தை வைத்தும் நடை பெறுகிறது.

இதனால், வெளிநாட்டிலிருந்து உங்கள் சரக்குகளை வாங்குபவர் அவர் ஆர்டர் செய்திருந்த சரக்கைத்தான் பெறுகிறாரா, அதே தரம் உள்ளதா என்பதை உறுதி செய்து கொள்வதற்காகவும் ஏற்றுமதிக்கு முன் பரிசோதனை அவசியம்.

மேலும் பல நாடுகள் தரமான சரக்குகளைத்தான் தங்கள் நாட்டுக்குள் அனுமதிக்க விரும்புகின்றது. அதற்காக பல தரக்கட்டுப்பாடுகளை விதித்துள்ளது. எனவே ஏற்றுமதிக்கு முன் பரிசோதனை அவசியம்.

இந்தியாவிலிருந்து தரமான சரக்குகள்தான் ஏற்றுமதி செய்யப்படவேண்டும் என்பதற்காக, இந்திய அரசும் ஏற்றுமதிக்கு முன் பரிசோதனை கட்டாயம் என பல பொருட்களுக்கு ஆணை பிறப்பித்துள்ளது. பரிசோதனை சான்றிதழ்கள் இருந்தால்தான் அந்தப் பொருட்கள் ஏற்றுமதி செய்ய அனுமதிக்கப்படும்.

ஏற்றுமதிக்கு முன் பரிசோதனைக்காக "ஏற்றுமதி பரிசோதனை ஏஜென்ஸி" (Export Inspection Agency) என்ற நிறுவனத்தை அரசாங்கம் ஏற்படுத்தியுள்ளது. இவை மும்பை, கொச்சின், சென்னை, டெல்லி, கொல்கத்தா ஆகிய இடங்களில் உள்ளன. இவைகளுக்கு துணை அலுவலகங்களும் உள்ளன.

இந்தியாவிலிருந்து ஏற்றுமதி செய்யப்படும் பொருட்களில் 90 சதவிகிதத்திற்கு மேலான பொருட்களுக்கு ஏற்றுமதிக்கு முன் பரிசோதனை கட்டாயமாக உள்ளது.

எந்தெந்தப் பொருட்களுக்கு பரிசோதனை அவசியம் என்று நீங்கள் சார்ந்துள்ள மேம்பாட்டுக் கழகம் மூலமாகவும், ஏற்றுமதி பரிசோதனை ஏஜென்ஸி மூலமாகவும் அறிந்து கொள்ளலாம்.

அரசு 100 சதவிகித ஏற்றுமதி நிறுவனங்களுக்கும், ஸ்டார் எக்ஸ்போர்ட் ஹவுஸ், அக்மார்க், ISI தர நிர்ணயம் பெற்றவர்களுக்கும் மேலும் சில நிறுவனங்களுக்கும் ஏற்றுமதிக்கு முன் பரிசோதனையிலிருந்து விலக்கு அளித்துள்ளது.

வெளிநாட்டிலிருந்து சரக்குகளை வாங்கும் நிறுவனம், இந்தியாவில் பரிசோதனை தேவையில்லை என்று உறுதிக் கடிதத்தை அளித்தாலும் அந்த ஏற்றுமதிகளுக்கு பரிசோதனை விலக்கு உண்டு.

இது தவிர வெளிநாட்டிலிருந்து சரக்குகளை வாங்கும் நிறுவனம், இந்தியாவில் உள்ள குறிப்பிட்ட பரிசோதனை நிறுவனம் மூலமாகத்தான் பரிசோதனை செய்யவேண்டும் என்ற நிபந்தனைகளையும் விதிக்கலாம்.

தமிழ்நாட்டிலுள்ள அரசு ஏற்றுமதிப் பரிசோதனை ஏஜென்சிகளின் விலாசங்கள் கீழே கொடுக்கப்பட்டுள்ளன.

EXPORT INSPECTION AGENCY - CHENNAI
6 th Floor, CMDA Tower,
Gandhi Irwin Road, Egmore Chennai - 600 008.

EXPORT INSPECTION AGENCY - COIMBATORE
Asiatic Building, 3rd Floor,
200/C Dr. Nanjappa Road, Coimbatore - 641 018.

EXPORT INSPECTION AGENCY - MANDAPAM
13/44, Maravar Street, Mandapam - 623 518

EXPORT INSPECTION AGENCY - NAGERKOIL
75A, Court Road, Sankar Building
Nagerkoil - 629 001

EXPORT INSPECTION AGENCY - TUTICORIN
328, South Cotton Road,
Tuticorin - 628 001
Tel: 0461- 320261

ஏற்றுமதிப் பரிசோதனைக்கு அரசு அங்கீகாரம் பெற்ற தனியார் நிறுவனங்கள் தமிழ்நாட்டில் பல உள்ளன.

ஏற்றுமதிக்கு முன் பரிசோதனை முறைகள்

1. கன்ஸைன்மெண்ட் வாரியாக பரிசோதனை (Consignment Wise Inspection - CWI)

இந்த வகையில் ஏற்றுமதியாளர் ஏற்றுமதி செய்யவுள்ள ஒவ்வொரு கன்ஸைன்மெண்டும் பரிசோதனைக்கு உட்பட வேண்டும். இது சாம்பிள் முறைப்படி செய்யப்படும்.

2. இன்பிராசஸ் குவாலிட்டி கண்ட்ரோல் (Inprocess Quality Control)

எப்பொழுதுமே பொருட்களை முழுமையாகத் தயாரித்த பின் இன்ஸ்பெக்ஷன் செய்வது என்பது கடினமான காரியம். குறிப்பாக கெமிக்கல்ஸ், இன்ஜினியரிங் பொருட்களை தயாரிக்கும்போதே இன்ஸ்பெக்ஷன் செய்ய வேண்டியிருக்கும். இதற்காக பல கம்பெனிகள், பொருட்களை தயாரிக்கும் செய்பொருள் நிலையிலும் இன்ஸ்பெக்ஷன் வைத்துள்ளது. இதுவே "இன்பிராசஸ் குவாலிட்டி கண்ட்ரோல்' எனப்படும்.

3. சுய சான்றிதழ் (Self-Certification Scheme)

அரசு விதிகளுக்கு உட்பட்டு தரக்கட்டுப்பாடு முறைகள், பரிசோதனைக் கூடங்கள், முறையான குவாலிட்டி தணிக்கை, பாக்கேஜிங், விற்பனைக்கு பின் முறையான சர்வீஸ்கள், சரியான நிர்வாக முறைகள் ஆகியவை உள்ள நிறுவனங்களுக்கு ஏற்றுமதி பரிசோதனை ஏஜென்ஸி, அந்த நிறுவனமே சுயமாக சான்றிதழ்கள் வழங்கிக் கொள்ளலாம் என்று சுதந்திரம் அளித்துள்ளது. இதனால் அலைச்சல் இல்லை. நேரம் மிச்சமாகும்.

23. ஏற்றுமதி பேக்கிங்

சரக்குகளை சிறப்பான முறையில் தயார் செய்தால் மட்டும் போதாது. அவற்றை அழகாக பேக்கிங் செய்து விற்பதும் ஒரு கலைதான். இதைக் கற்றுத் தேர்வது ஏற்றுமதியாளர்களுக்கு மிகவும் முக்கியம்.

வெளிநாட்டிற்கு ஏற்றுமதி செய்யும்போது, அந்த சரக்குகள் கடல் / வான் / தரை போன்ற வழிகளைக் கடந்து செல்ல வேண்டும் என்பதால் சரக்குகளை வைத்து செய்யப்படும் வெளிப்புற பேக்கிங் சிறப்பான முறையில் இருக்க வேண்டும். ஏற்றுமதியில் பேக்கிங், லேபிளிங், மார்க்கிங் சிறிது அதிக முக்கியத்துவம் பெறுகிறது. இவற்றை இறக்குமதியாளர் குறிப்பிட்டுள்ளபடி செய்ய வேண்டும். பல சமயங்களில் ஒப்பந்தத்திலேயே (Contract) பேக்கிங் எவ்வாறு செய்யப்படவேண்டும் என்று குறிப்பிடப்பட்டிருக்கும். (அவ்வகை ஷரத்துக்களை (Clause) ஒப்பந்தத்தில் எழுதிக் கொள்வது நல்லது).

பல நாடுகள், இந்த வகைப் பொருட்கள், இவ்வகையில்தான் பேக்கிங் செய்யப்படவேண்டும் என்று விதிகள் ஏற்படுத்தியுள்ளன. அப்படி அந்தப் பொருள் பேக்கிங் செய்யப்படாத பட்சத்தில் நிராகரிக்கப்படும் என்று கடுமையான சட்டங்கள் வகுத்துள்ளனர். சில நாடுகள் அவர்கள் மொழியில்தான் லேபிளிங் செய்ய வேண்டும் என்று கட்டாயமாக்கியுள்ளார்கள்.

உதாரணமாக பல வளர்ந்த நாடுகளில் விவசாயத்திற்கு உபயோகப்படுத்தப்படும் கெமிக்கல்ஸ் "செல்ப் டிஸ்போஸபிள்" (அதுவாக கரையும் தன்மையுடைய) பேக்கிங்கில்தான் அனுப்பப்பட வேண்டும் என்று கட்டாயப்படுத்தியுள்ளன. அவற்றை "பிளாஸ்டிக் கன்டெய்னரில்" அனுப்புவதால், அந்த மருந்தை பயன்படுத்திவிட்டு விவசாயிகள் தூக்கி எறியும் பிளாஸ்டிக் கன்டெய்னர்களை அப்புறப்படுத்துவதும், அவற்றை அழிப்பதும் அரசுக்கு பெரிய வேலையாகப் போகிறது. மேலும் அவை சுற்றுப்புற சூழ்நிலைக்கு கேடு விளைவிக்கின்றன.

மேலும் ஒரு உதாரணம் கூற விரும்புகிறோம். பல நாடுகள் ஆயத்த ஆடைகளை (ரெடிமேட் ஆடைகளை) இந்தியாவிலிருந்து

வாங்குகின்றன. நாம் கடைக்கு சென்று ரெடிமேட் டிரஸ் வாங்கினால், ஒரு அழகான அட்டைப் பெட்டியில் பேக் செய்து, மேலும் ஒரு அழகிய பிளாஸ்டிக் பையில் போட்டுத் தரவேண்டும் என எதிர்பார்ப்போம்.

ஆனால் ஆயத்த ஆடைகளை இந்தியாவிலிருந்து இறக்குமதி செய்யும்போது அவற்றை வெறும் ஹாங்கரில் மாட்டி, அதற்கான வடிவமைக்கப்பட்ட கன்டெய்னர்களில் அனுப்புமாறு கூறுகிறார்கள். இது ஏன்? நீங்கள் அட்டைப் பெட்டிகளில், அந்த ஆடைகளை பேக் செய்து அனுப்பினால், அந்தப் பெட்டிகளை எப்படி அப்புறப்படுத்துவது என்ற கவலை அவர்களுக்கு. இந்தியாவில் நாம் தூக்கி குப்பையில் எறிந்து விடுவோம். அங்கு நாட்டிற்கு அந்தக் கழிவுகளால் எந்த பிரச்சனையும் வரக்கூடாது என்ற கவனம் இருப்பதால் இவ்வாறு கேட்கிறார்கள்.

பேக்கிங் செய்யும்போது, சரியான முறையைத் தேர்ந்தெடுக்க வேண்டும். இல்லாவிட்டால் உங்களுக்கு சரக்குக் கட்டணம் கூடுதலாக வரும். சரியான, கச்சிதமான பேக்கிங் தேர்ந்தெடுக்கப்பட்டால்தான் சரக்குகள் அவை சேரவேண்டிய இடத்திற்கு சேதமில்லாமல் பத்திரமாக போய்ச் சேரும்.

ஒரு வேளை சரக்குகளுக்கு சேதம் ஏற்பட்டால், சில சமயம் இன்சூரன்ஸ் கம்பெனிகள் பேக்கிங் சரியாக செய்யப்படவில்லை என்ற காரணம் கூறி உங்களுடைய 'கிளைம்' (Claim)ஐ நிராகரிக்கலாம். எனவே, பேக்கிங் சிறப்பாக செய்யப்படவேண்டும்.

பேக்கிங் வகைகள்

1. ஸ்டீல் டிரம்ஸ் (Steel Drums)

இது திரவப் பொருட்களை பேக் செய்யப் பயன்படுத்தப்படுகிறது.

2. மரத்தினாலான பேக்கிங் (Wooden Cases)

இது உலகளவில் பேக்கிங்கிற்கு அதிக அளவில் பயன்படுத்தப்படும் வகைகளில் ஒன்று. இவற்றிலும் இவ்வளவு கனமுள்ள மரச் சட்டங்களைத்தான் உபயோகிக்க வேண்டும் என்ற விதிகள் உண்டு.

3. அட்டைப்பெட்டிகள் (Corrugated Boxes)

இது எடை அதிகமில்லாத பொருட்களை ஏற்றி அனுப்ப வசதியான பேக்கிங் முறை. இவற்றில் திருட்டுப் போகும் வாய்ப்புகள் உண்டு.

4. குஷனிங் மெட்டீரியல்ஸ் (Cushioning Materials)

சாதாரணமாக பொருட்களை அடுக்கி அனுப்பும்போது அவை சாயாமல் இருக்கவும், ஒன்றையொன்று மோதாமல் இருக்கவும் இடைப்பட்ட இடங்களில் வைக்கோல், பேப்பர் போன்றவற்றை வைத்து நிரப்புவோம் அல்லவா? அவை குஷனிங் மெட்டீரியல்ஸ் எனப்படும்.

வைக்கோல், பேப்பர் தவிர உமி, ரம்பத்தூள் (மரத்தூள்) ஆகியவையும் உபயோகப்படுத்தப்படுகின்றன. சில நாடுகள் வைக்கோல் பேக்கிங்கை ஏற்றுக் கொள்வதில்லை. அது முறைப்படி சுத்தப்படுத்தப்பட்டது என்ற சர்ட்டிபிகேட் தேவை என கட்டாயப்படுத்துகிறது.

கன்டெய்னர் மூலம் ஏற்றுமதி (Containerisation)

நீங்கள் மேலே கண்ட முறைகளில் பேக்கிங் செய்தாலும் சில சமயங்களில் அவற்றை கன்டெய்னரில் வைத்து அனுப்ப வேண்டும் என்று இறக்குமதியாளர் கூறுவார். ஏற்றுமதி சரக்குகள் பல கைகள் / பல ஊர்கள் மாறிச் செல்ல வேண்டியிருப்பதால் பேக்கிங் செய்யப்பட்ட அனைத்தையும் ஒரே அடைப்பில் போட கன்டெய்னர் உதவுகிறது. இதனால் பொருட்கள் பத்திரமாகவும் / சேதமில்லாமலும் சென்றடைகின்றன. இன்று உலகத்தில் 60 முதல் 65 சதவிகித ஏற்றுமதி கன்டெய்னர் மூலம்தான் நடைபெறுகிறது.

கன்டெய்னர்கள் என்றால் என்ன? என்ற சந்தேகம் பலருக்கு வரலாம். கன்டெய்னர் என்பது ஒரு பெரிய இரும்புப்பெட்டி அறை. இதன் அளவுகள் 20 அடி, 40 அடி என இருக்கிறது.

நீங்கள் பேக்கிங் பற்றி தெரிந்துகொள்ள தனி இன்ஸ்டிட்யூட்டே சென்னையில் உள்ளது. அரசாங்க நிறுவனம் இது. இங்கு கடிதம் எழுதினாலோ அல்லது நேரடியாகச் சென்றாலோ தகுந்த அறிவுரைகள் கூறுவார்கள். அவர்களின் விலாசம் கீழே கொடுக்கப்பட்டுள்ளது.

Indian Institute of Packaging
169 Industrial Estate
Old Mahabalipuram Road
Perungudi, Chennai - 600 096

பேக்கிங் பற்றி தெரிந்து கொண்டோம். எடைகளில் உபயோகப்படுத்தப்படும் வார்த்தைகள் பற்றியும் தெரிந்து கொள்வோம்.

Net Weight	-	பொருட்களின் எடை மட்டும்
Net Net	-	பொருட்களின் எடை (உட்பக்கப் பேக்கிங் இல்லாமலும், பேக்கிங் மெட்டீரியல்ஸ் இல்லாமலும்)
Gross Weight	-	பொருட்களின் எடை, பேக்கிங் மெட்டீரியல்ஸ் எடையுடன் சேர்ந்து
Tare Weight	-	பேக்கிங் பொருட்களின் எடை மட்டும்

மார்க்கிங், லேபிளிங் பற்றி விளக்கமான படங்களுடன் இனி காண்போம்.

24. ஏற்றுமதியில் மார்க்கிங் / லேபிளிங்

சரக்குக் குறியீடுகள் (Marking)

பேக்கிங் பெட்டிகளில் / கட்டுகளில் குறியீடுகள் (Marking) இடுவது மிகவும் முக்கியமானது ஆகும். இந்தக் குறியீடுகளிலிருந்து சரக்குகள் எந்த நாட்டிலிருந்து, எந்த நாட்டிற்கு, யாருக்கு செல்கின்றது எனக் கண்டறிந்து சுலபமாக கையாள உதவியாக இருக்கிறது. இவ்வகைக் குறியீடுகள் மூலம் உள்ளே உள்ள சரக்குகளை எவ்வாறு கையாள வேண்டும் / எவ்வகையில் பாதுகாக்க வேண்டும் என்றும் அறிய முடிகிறது.

சரக்குக் குறியீடுகள் இருவகைப்படும். அவை 'மார்க் ஆப் ஓரிஜின்' (Mark of Origin), 'ஷிப்பிங் மார்க்ஸ்' (Shipping Marks) எனப்படும்.

'மார்க் ஆப் ஓரிஜின்' என்பது எந்த நாட்டில் அந்த சரக்கு தயாரிக்கப்பட்டுள்ளது என்பதைக் குறிப்பதாகும். பல நாடுகள் சரக்குகள் எந்த நாட்டில் தயாரிக்கப்பட்டவை என்பதைக் குறிக்க வேண்டும் என்பதைக் கட்டாயமாக்கியுள்ளன.

அவை குறிக்கப்படாமல் இருந்தாலும், தவறாக குறிக்கப்பட்டிருந்தாலும் அந்த சரக்குகளின் இறக்குமதிக்கு தடை செய்யவோ அல்லது பறிமுதல் செய்யவோ படுகிறது. எங்கு இவ்வகைக் குறியீடுகள் இடம் பெறுகின்றன என்பதற்கு படம் 1ல் இடது கைப்பக்கம் கீழே காண்க.

'ஷிப்பிங் மார்க்ஸ்' என்பது இறக்குமதியாளர் குறிப்பிட சொன்ன குறியீடுகளும் (படம் 1ல் நடுவில் குறிக்கப்பட்டுள்ள குறியீடுகள்) அந்த சரக்குகளை எப்படிக் கையாள வேண்டும் என்று ஷிப்பிங் கம்பெனிக்கு நீங்கள் அறிவுறுத்தும் குறியீடுகளும் ஆகும். (படம் 2ல் குறிப்பிட்டுள்ளவை)

இவை சரியான முறையில், அழகாக குறிக்கப்பட்டிருந்தால்தான் உங்கள் சரக்குகள் பத்திரமாக, சேதமில்லாமல் போய்ச் சேரவேண்டிய இடத்தைச் சேரும். உதாரணமாக நீங்கள் கண்ணாடிப்

பொருட்களை ஏற்றுமதி செய்யும்போது 'கண்ணாடி' ஜாக்கிரதையாகக் கையாளவும் என்ற வார்த்தைகள் பேக்கிங் மேல் இல்லாமல் இருந்தால், சரக்கை ஏற்றிச் செல்லும்போது தவறாக கையாளும் பட்சத்தில் பொருட்கள் உடையலாம் நஷ்டங்கள் உண்டாகும்.

சரக்குக் குறியீடுகள் (Shipping Marks) கவனமாகக் குறிக்கப்படவேண்டும். இதில் சிறிய தவறு எவ்வாறு பெரிய விளைவுகளை ஏற்படுத்தும் என்பதைப் பார்ப்போம்.

இந்தியாவின் பெரிய அரிசி ஏற்றுமதிக் கம்பெனி சவூதி அரேபியாவிற்கு ஏற்றுமதி செய்து அனுப்பிய அரிசி மூட்டைகளில் சரக்குக் குறியீடுகளை (Shipping Marks) குறிக்கும்போது, மூட்டைகளில் வண்ணச்சாயம் (Paint) உள்ளே புகுந்து அரிசியின் கலரை மாற்றிவிட்டது.

அந்த நாட்டு அரசு சரக்குகளை இறக்க மறுத்துவிட்டது. அந்தக் கம்பெனி அத்தனை மூட்டைகளையும் இந்தியாவிற்கு திருப்பிக் கொண்டு வர வேண்டியதாகிவிட்டது.

ஆகவே இவ்வகை குறியீடுகளைக் குறிக்கும்போது தண்ணீர், தட்பவெப்பம் ஆகியவைகளில் மாறாத, அழிக்கப்படாதவாறு இருக்க வேண்டும். (Water Proof, Weather Proof)

படம் 1

மார்க்கிங் விதிமுறை

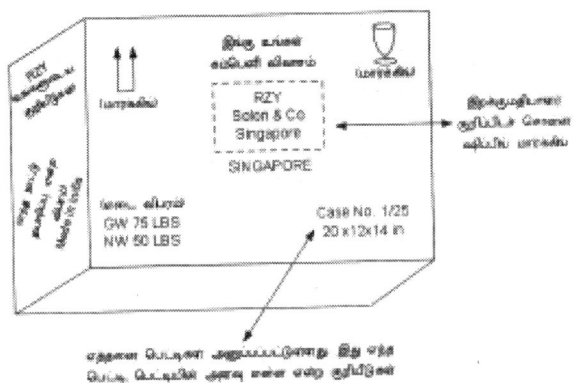

படம் 1 மாதிரிப் பெட்டியில் தமிழில் எழுதியிருப்பவை உங்களுக்கு புரிவதற்காக வேண்டித்தான். நீங்கள் அதுபோல

தமிழில் குறிப்பிட வேண்டாம். ஆங்கிலம் அல்லது இறக்குமதி யாளர் குறிப்பிட்டுள்ள மொழியில் குறிப்பிட வேண்டும்.

லேபிளிங் (Labelling)

சில சமயம் இறக்குமதியாளர்கள் ஆர்டர் செய்திருக்கும் சரக்குகளில் அவர்கள் கம்பெனி லேபிள்கள் / விலைச்சிட்டைகள் (Price Tags) ஆகியவைகள் இணைக்க வேண்டும் என்றோ அல்லது இதுபோல் இருக்க வேண்டும் என்று மாதிரிகளையோ கொடுக் கலாம். இவற்றின் அளவு, வண்ணம், உருவம் ஆகியவை களில் இறக்குமதியாளர் கொடுத்துள்ளபடி இருக்குமாறு கவனமாக பார்த்துக் கொள்ள வேண்டும். இவற்றில் சிறிய தவறுகள் இருந்தால் இறக்குமதியாளர்களால் அச்சரக்குகளை அங்கு விற்க இயலாத சூழ்நிலை நேரிடும். இந்த வகை லேபிள்கள் டெக்ஸ்டைல்ஸ் ஏற்றுமதியில் அதிகம் பயன்படுத்தப்படுகிறது.

25. மரைன் இன்சூரன்ஸ்
(Marine Insurance)

நீங்கள் ஏற்றுமதி செய்யும் சரக்குகளுக்கு செல்லும் வழியில் சேதம் ஏற்பட வாய்ப்புண்டு. சேதம் முழுமையாகவோ அல்லது பகுதியாகவோ இருக்கும். அப்படி சேதம் ஏற்பட்டால், அந்த நஷ்டத்தை எப்படி ஈடுகட்டுவது?

காப்புறுதி (இன்சூரன்ஸ்) செய்வதுதான் சிறந்த வழி. ஏற்றுமதி வணிகத்தில் காப்புறுதி கட்டாயமாகும். உங்களுடைய உயிருக்கு ஆயுள்காப்பீடு (Life Insurance) செய்வதுபோல, கடல் / விமானம் / தரை மூலமாக நீங்கள் அனுப்பும் சரக்குகளுக்கு இன்சூரன்ஸ் செய்யலாம்.

இந்த வகை இன்சூரன்ஸ் செய்வது யார் பொறுப்பு? ஏற்றுமதியாளரா? இறக்குமதியாளரா? என்பதைக் கீழே காண்போம்.

கடல் வழிக் காப்புறுதி (Marine Insurance) என்று அழைக்கப்பட்டாலும் இவ்வகை காப்புறுதிகள் கீழ்க்கண்ட முறைகளில் சரக்குகளை ஏற்றி அனுப்பும்போது செய்யப்படும்.

1. சரக்குகளை கடல், விமானம் அல்லது தரைவழியில் அனுப்பும்போது
2. சரக்குகளை உள்நாட்டில் நீர்வழிப் போக்குவரத்தில் அனுப்பும்போது
3. சரக்குகளை ரயில் அல்லது தரை மார்க்கமாக அனுப்பும்போது
4. சரக்குகளை தபால் மூலமாக அனுப்பும்போது

காப்புறுதிகளால் யாருக்கு என்ன பயன்?

சரக்குகள் சென்று கொண்டிருக்கும் வழியில் ஏற்படும் இழப்புக்களை ஈடு செய்ய காப்புறுதிகள் உதவுகிறது. மேலும் சரக்குகளை தயார் செய்து ஏற்றுமதிக்காக கோடவுனில் சேகரித்து

வைத்திருக்கும்போது ஏற்படும் இழப்புக்களையும் ஈடு செய்கிறது. வங்கிகள் உங்களுக்கு கடன் கொடுத்திருந்தால், இவ்வகைக் காப்புறுதிகள் வங்கிகள் கொடுக்கும் கடன்களுக்கு ஒரு பாதுகாப்பாக அமைகிறது.

காப்புறுதி செய்வது யார் பொறுப்பு?

காப்புறுதி செய்வது யார் பொறுப்பு என்பது போடப்படும் ஒப்பந்தத்தை (Contract) பொறுத்தது.

1. காண்ட்ராக்ட் CIF எனில் இன்சூரன்ஸ் (Insurance) ஏற்றுமதியாளரின் பொறுப்பு.

2. காண்ட்ராக்ட் C&F, FOB எனில், இன்சூரன்ஸ் (Insurance) இறக்குமதியாளரின் பொறுப்பு. ஏற்றுமதியாளர் பொருட்களை கப்பலில் ஏற்றுமுன் இறக்குமதியாளருக்கு விபரங்களை தெரியப்படுத்த வேண்டும். அப்போதுதான் அவர் காப்புறுதி செய்ய முடியும்.

சாதாரணமாக காப்புறுதி, சரக்குகளின் மதிப்பில் 110 சதவிகிதத்திற்கு எடுக்கப்படும்.

உதாரணமாக, நீங்கள் ஏற்றுமதி செய்யவிருக்கும் சரக்குகளின் மதிப்பு அமெரிக்க டாலரில் 5000 என்று எடுத்துக்கொண்டால், இன்சூரன்ஸ் USD 5500க்கு எடுக்க வேண்டும். (அதாவது 110 சதவிகிதம்)

எந்தெந்த நிறுவனங்கள் இந்த வகை காப்புறுதிகளைத் தரும்?

இந்தியாவில் தற்போது அரசுடைமையாக்கப்பட்ட இன்சூரன்ஸ் நிறுவனங்களும் மற்றும் பல தனியார் இன்சூரன்ஸ் நிறுவனங்களும் காப்புறுதிகளைத் தருகிறது.

என்னென்ன வகையான காப்புறுதிகள் எடுக்கலாம்?

1. குறிப்பிட்ட பாலிஸி (Specific Policy)

ஒவ்வொரு Shipment-க்கும் எடுக்கப்படும் பாலிஸி Specific Policy எனப்படும். குறைந்த அளவு ஏற்றுமதி உள்ளவர்கள் இவ்வகையில் பாலிஸி எடுப்பது நல்லது.

2. ஓபன் கவர் (Open Cover)

முன்பு குறிப்பிட்டதைப் போல இது பாலிஸி இல்லை. இது ஒருவகை காண்ட்ராக்ட் ஆகும். இன்சூரன்ஸ் கம்பெனியில்

இதுபோல் ஒப்பந்தம் செய்துகொண்டால், அடுத்த 12 மாதங்களுக்கு செய்யப்படும் ஏற்றுமதி Shipments, இன்சூரன்ஸ் கம்பெனி காப்புறுதி தரும். ஒரு கப்பலுக்கு, நாட்டிற்கு, இவ்வளவு காப்புறுதி தருவது என இன்சூரன்ஸ் கம்பெனி முன்னதாக முடிவு செய்யும். அந்த அளவிற்குத்தான், அந்த நாடுகளுக்கு ஏற்றுமதி செய்யமுடியும்.

3. ஓபன் பாலிஸி (Open Policy)

நிறுவனம் தொடர்ந்து பல Shipments செய்யும் பட்சத்தில் அவற்றை கவர் செய்யும் விதமாக Open Policy எடுக்கலாம். இதனால் காப்புறுதித் தொகை குறையும்.

ஒன்றை நினைவில் வைக்க வேண்டும். காண்ட்ராக்டில் L/C யில் Specific Insurance Policy கேட்கப்படும் பட்சத்தில் ஓபன் கவர் / ஓபன் பாலிஸி மூலமாக இன்சூரன்ஸ் செய்வது தவறு. அது ஏற்றுக் கொள்ளப்படமாட்டாது. ஆனால் ஓபன் கவர் / ஓபன் பாலிஸி கேட்கும் பட்சத்தில் Specific Policy எடுப்பது தவறல்ல.

காப்புறுதியில் எதை எதை கவர் செய்ய வேண்டும்?

சாதாரணமாக ஏற்றுமதியாளர் / இறக்குமதியாளரின் முழு ரிஸ்க்கையும் கவர் செய்வது All Risks Cover அல்லது Institute Cargo Clause (A) With War and SRCC Clause Covering from Warehouse. இது முழுப் பாதுகாப்பளிக்கும் SRCC என்றால் Strike, Riot, Civil Commotion என்று அர்த்தம்.

மேலே குறிப்பிட்டுள்ள Insurance Company-களிலும் உங்கள் அருகிலுள்ள கிளை அலுவலகத்தை அணுகினால் அவர்கள் உங்களுக்கு மேலும் விபரங்கள் கூறுவார்கள்.

26. ஏற்றுமதிப் பொருட்கள் கப்பலில் ஏற்றப்படும் முன் துறைமுக நடைமுறைகள்

ஏற்றுமதிப் பொருட்கள் கப்பலில் எடுத்துச் செல்லப் படும்போது ஒன்றுக்கு மேற்பட்ட கப்பல்கள் மாறலாம். மற்றும் கவனமாக எடுத்துச் செல்லப்பட வேண்டும். இதைக் கருத்தில் கொண்டு பேக்கிங் (packing) விஷயத்தில் மிகக் கருத்துடனும், கவனமாகவும் ஏற்றுமதியாளர் செயல்பட வேண்டும். கவனக் குறைவினால் பேக்கிங்குகள் பாதிக்கப்பட்டு பொருட்கள் சேதமாகி, இறக்குமதியாளர் தொல்லைப்பட நேரிடும். ஆகவே அழகாகவும், நன்றாகவும் பொருட்களை பேக்கிங் செய்தல் அவசியமாகும்.

ஏற்றுமதிப் பொருள் சோதனை செய்யப்பட்டு பின்னர் பேக்கிங் செய்யப்பட்டு லாரி மூலமாகவோ அல்லது ரயில் மூலமாகவோ துறைமுகத்தை வந்தடைகிறது. பிறகு கப்பலில் ஏற்றப்படும் வரை என்னென்ன நடைமுறைகள் உள்ளன என்பதை தெரிந்துகொள்வது மிகவும் அவசியமானதாகும்.

ஏதேனும் குறிப்பிட்ட கப்பல் கம்பெனியின் கப்பலில்தான் சரக்கு வரவேண்டும் அல்லது கப்பல்கள் மாறலாம் (Transhipment Permitted) என்று L/C-யில் குறிப்பிடப்பட்டுள்ளதா என்று கவனிக்க வேண்டும். தவிர இன்வாய்ஸ், பேக்கிங் லிஸ்ட் போன்ற படிவங்கள் சரியாகத் தயாரிக்கப்பட்டுள்ளனவா என்றும் கவனிக்க வேண்டும். ஏனெனில் இவற்றை ஆதாரங்களாகக் கொண்டே கஸ்டம்ஸ் அதிகாரிகள் சரக்கைச் சோதனை செய்கின்றனர். தவிர காப்பீடு ஏற்பாடு செய்யப்பட்டு கப்பல் கட்டணம் கட்டப்பட்டுள்ளதா அல்லது அவை யாருடைய பொறுப்பு என்பதையும் கவனிக்க வேண்டும்.

துறைமுகத்தில் கடைப்பிடிக்க வேண்டிய நடைமுறைகளை சரிவரக் கையாளுவது மிகவும் முக்கியம். ஆகவே இதற்கென்றே சுங்க இலாகா அனுமதிக்கப்பட்ட கஸ்டம்ஸ் ஹவுஸ் ஏஜெண்ட் நிறுவனங்கள் (Custom House Agent) மற்றும் கப்பலில் சரக்குகளை

ஏற்ற அனுமதி பெற்ற நிறுவனங்கள் உள்ளன. இவற்றின் மூலமாகத்தான் செல்ல வேண்டும். இவை போன்ற எல்லா நிறுவனங்களின் வேலையையும் ஒருங்கிணைத்துப் பணிபுரிய பல 'ஷிப்பிங் ஏஜெண்ட்ஸ்' உள்ளனர்.

இந்த நிறுவனங்களை ஏற்றுமதியாளர் அணுகலாம். அவர்கள் துறைமுக நடவடிக்கைகளை (சுங்க சோதனையையும் சேர்த்து) செய்வார்கள். இருப்பினும், இவர்களிடமே அனைத்து துறைமுக வேலைகளையும் விட்டுவிட்டு நீங்கள் இருக்கக் கூடாது. அவ்வப் போது அவர்களுடன் தொடர்புகொண்டு வேலைகள் ஒழுங்காக நடக்கின்றனவா, நாம் செய்யவேண்டிய அல்லது கொடுக்க வேண்டிய படிவங்களோ அல்லது விளக்கங்களோ உள்ளதா என்று கேட்டு தெரிந்து கொள்ள வேண்டும். சிறிது தாமதம் ஏற்பட்டாலும் சரக்கு குறிப்பிட்ட கப்பலில் செல்ல முடியாமல் போய்விடும்.

அடுத்த கப்பலில் செல்ல நேரிட்டால் அதன் விளைவுகள் என்ன? சரக்கு இறக்குமதியாளரைச் சென்றடைய தாமதமாகி நஷ்டம் வரலாம். தாமதமானதால் இறக்குமதியாளர் சரக்குகளை வேண்டாம் என்று சொல்ல நேரிடலாம். தவிர அடுத்த கப்பல் வரும் வரை சரக்குகளை எங்கே வைப்பது? துறைமுகத்திலேயே பாது காப்பாக வைத்தாலும் அதற்குரிய கட்டணம் செலுத்த வேண்டும்.

இன்னொன்று முக்கியமாகச் செய்ய வேண்டியது, கப்பலில் சரக்கு வைப்பதற்கான இடத்தை முன்கூட்டியே ரிசர்வ் செய்து கொள்ள வேண்டும். கப்பல்கள் வருகை, செல்லுதல் பற்றிய தகவல்கள் அவ்வப்போது கிடைக்கின்றன. இதற்கென பல வெப்சைட்கள் உள்ளன.

துறைமுகத்தில் போர்ட் டியூஸ் (Port Dues), வார்ஃபேஜ் (Wharfage) போன்ற சில கட்டணங்கள் செலுத்தப்பட வேண்டும். இவற்றைக் கப்பல் ஏஜெண்ட் கட்டிவிட்டு பின்பு ஏற்றுமதி யாளரிடம் வசூலித்துக் கொள்வார்.

துறைமுகத்தில் முக்கியமாக நடப்பது, சரக்குகள் கஸ்டம்ஸ் அதிகாரிகளால் சோதனை செய்யப்படுவதாகும். அதற்கு வசதியாக எல்லாப் படிவங்களையும் சமர்ப்பிக்க வேண்டும். அவற்றில் கூறப்படும் விவரங்களின் உதவியுடன் சரக்குகள் சோதனையிடப் படும். சரக்கு சட்டத்துக்குட்பட்டு, அவைமீது தடையேதுமில்லாமல் உள்ளவையா? அவற்றின் மதிப்புச் சரியாக குறிக்கப்பட்டுள்ளதா? (இதற்கு CR/SDF, Invoice போன்ற படிவங்கள் பயன்படுகின்றன).

கலால் வரி விலக்கு உள்ளதா (இதற்கு AR3 படிவம் பயன் படுகின்றது) போன்ற விஷயங்கள் கவனிக்கப்படுகின்றன. வேண்டு மானால் மேலும் சில பேக்கிங்குகளை திறந்து அவற்றிலுள்ள சரக்குகள் பேக்கிங் லிஸ்டில் கண்டுள்ள விவரங்களுடன் ஒத்துள்ளதா என்றும் சோதனை செய்வர். இன்வாய்ஸில் குறிப்பிட்ட விலை எக்ஸ்போர்ட் ஆர்டரில் குறிப்பிட்ட விலையுடன் ஒத்துள்ளதா என்றும் கவனிப்பர். தேவையெனில் சரக்குகள் ஓரிரு நாட்கள் தனிமைப்படுத்தப்பட்டு அவையோ அவற்றிற்குள்ளோ வெடிகுண்டு போன்ற பொருட்கள் உள்ளதா என்றும் சோதிப் பார்கள். ஏற்றுமதிச் சரக்கு குறிப்பிட்ட கப்பல் துறைமுகம் வந்து சேர்வதற்கு ஓரிரு நாட்கள் முன்னதாகவே கொண்டு சேர்ந்து விட வேண்டும். சுங்க வரி அதிகாரிகள் சரக்கை சோதித்துப் பார்க்க அனுமதி அளிக்க அவகாசம் தேவை.

27. L/C மூலம் ஏற்றுமதி எவ்வாறு நடைபெறுகிறது?

(1)

ஏற்றுமதியாளர் - இறக்குமதியாளர் இடையே ஒப்பந்தம் முடிந்தவுடன், இறக்குமதியாளர் அவருடைய வங்கிக்கு சென்று ஏற்றுமதியாளர் பெயருக்கு L/C ஓபன் செய்யுமாறு கூறுகிறார்.

(2)

இறக்குமதியாளரின் வங்கி அவருடைய L/C அப்ளிகேஷனை பரிசீலித்து, அவருடைய கடந்தகால வங்கி நடவடிக்கைகளை வைத்து, தகுந்த அடமானங்களை வாங்கிக் கொண்டு, L/Cயை அவருக்காக ஓபன் செய்கிறது. அதை ஏற்றுமதியாளரின் வங்கிக்கு அனுப்புகிறது. L/Cயை இரண்டு வழிகளில் வங்கி அனுப்பலாம். (1) Swift-ஸ்விப்ட் என்னும் துரிதமான முறை. இது மிகவும் பாதுகாப்பானது. விரைவில் ஏற்றுமதியாளரை வந்தடையும். (2) தபால் மூலமாக, இது பழைய முறை. இருந்தாலும் இன்னும் கடைப்பிடிக்கப்படுகிறது.

(3)

L/C ஏற்றுமதியாளரின் வங்கிக்கு வரும். வங்கிக்கு வந்திருந்தால் L/C உங்களுக்கு வந்துள்ளது எனத் தெரிவித்து வாங்கிக் கொள்ளுமாறு சொல்வார்கள். வங்கி மூலமாகவே L/Cயைப் பெறுவதுதான் சிறந்தது. (நேரடியாக L/C உங்களுக்கு தபால்

மூலம் வருமெனில், இறக்குமதியாளர் தெரிந்த நபராக இல்லாத பட்சத்தில் பெற்றுக்கொள்ள வேண்டாம். L/C வந்தவுடன் அவர்களையும் ஒருமுறை படித்துப்பார்த்து உங்களுக்கு அறிவுரை கூறச் சொல்லுங்கள்.

↓

(4)

L/Cயிலுள்ள எல்லா கண்டிஷன்களையும் உங்களால் பூர்த்தி செய்ய இயலுமா என்று பாருங்கள். காண்டிராக்டில் போட்ட கண்டிஷன்களுடன், L/C கண்டிஷன்கள் ஒத்து வருகிறதா என்று கட்டாயம் பார்க்கவும்.

↓

(5)

L/C வந்துவிட்டது என்று மிக்க மகிழ்ச்சியடைய வேண்டாம். திரும்பத் திரும்ப L/Cயை படித்துப் புரிந்து கொள்ளுங்கள். எந்தவொரு கண்டிஷனையும் பூர்த்தி செய்யமுடியாத பட்சத்தில், அந்த L/Cக்கு அமெண்ட்மெண்ட் (Amendment) கேளுங்கள். அதாவது அந்த கண்டிஷன்களில் மாறுதல் / திருத்தம் வேண்டும் என்று இறக்குமதியாளரிடம் கூறி அதையும் வங்கி மூலமாகப் பெறுங்கள். திருத்தங்கள் வேண்டாம், நீங்கள் சரக்குகளை ஏற்றி அனுப்புங்கள், டாக்குமெண்ட்களை அந்தத் தவறுகளுடன் நான் ஏற்றுக் கொள்கிறேன் என்று வெளிநாட்டிலுள்ள இறக்குமதியாளர் கூறுவதை ஒத்துக் கொள்ளாதீர்கள். அந்த இறக்குமதியாளர் உங்கள் நம்பிக்கைக்குரியவர், ஏமாற்றமாட்டார் என்றால் மட்டும் ஒத்துக் கொள்ளுங்கள். இல்லாவிடில் நீங்கள் ஏமாற சந்தர்ப்பங்கள் அதிகம்.

↓

(6)

ஏற்றுமதியாளர் அந்த L/Cயை வங்கியில் கொடுத்து சரக்குகளை தயாரிக்க கடன் கேட்கிறார் (Packing Credit Loan). வங்கி அவருடைய அப்ளிகேஷனைப் பரிசீலித்து தருவதா? இல்லையா?

என்று முடிவு செய்கிறது. வங்கி கடன் தரவில்லையென்றால் ஏற்றுமதியாளர் சொந்தப் பணம் மூலம் ஏற்றுமதிக்கு சரக்குகளை தயார் செய்கிறார்.

↓

(7)

ஏற்றுமதியாளர் சரக்குகளை ஏற்றுமதி செய்து, அதற்கான ஆவணங்களை (Documents) தயாரிக்கிறார். ஆவணங்கள் பிழையில்லாமல் தயாரிக்கப்படவேண்டும். சரக்குகளை எவ்வளவு சிறப்பாக தயாரிக்கிறீர்களோ, அதே அளவு கவனம் ஆவணங்களிலும் செலுத்த வேண்டும். தயாரித்த ஆவணங்களை உங்களது வங்கியில் கொடுக்க வேண்டும்.

↓

(8)

உங்களது வங்கியை ஆவணங்களை சரி பார்க்கச் சொல்லுங்கள். நீங்கள் கடன் வாங்கியிருந்தால், அவர்கள் ஆவணங்களை (Documents) நீங்கள் வாங்கியிருக்கும் கடனுக்காக பொறுப்பில் எடுத்துக் கொள்வார்கள்.

↓

(9)

ஆவணங்கள் சரிபார்க்கப்பட்டவுடன், வங்கி மூலமாக இறக்குமதியாளரின் வங்கிக்கு அனுப்பப்படுகிறது.

↓

(10)

ஆவணங்களைப் பெற்றதும் இறக்குமதியாளரின் வங்கி அவற்றை L/Cயுடன் சரிபார்த்து அவை சரியாக இருக்கும் பட்சத்தில்

பணத்தை எப்போது செலுத்த வேண்டுமோ *(அதாவது sight எனில் உடனடியாகவும், usance எனில் அந்த நாட்கள் கழித்து)* அப்போது செலுத்துகிறது.

(11)

ஏற்றுமதியாளரின் வங்கிக்கு பணத்தைப் பெற்று ஏற்றுமதியாளர் கணக்கில் அல்லது அவரது கடன் கணக்கில் வரவு வைக்கும்.

28. மாதிரி L/C

Solvia AB, PO Box 123, Upsala, Sweden, imports computer and electrical parts from KRP Computers, Mahim, Mumbai, under a Letter of Credit, issued on 17 May 2007.

The Letter of Credit is in US dollars.

Solvia AB banks with Citi Bank, Stockholm, Sweden. KRP Computers banks with Canara Bank, Mumbai.

ஸ்வீடன் நாட்டில் உள்ள ஸோல்வியா ஏ.பி. என்ற கம்பெனி, இந்தியாவில் மும்பையிலுள்ள கே.ஆர்.பி. கம்ப்யூட்டர்ஸ் என்ற கம்பெனியில் இருந்து "கம்ப்யூட்டரும், ஸ்பேர் பார்ட்ஸ்"-களும் அமெரிக்க டாலர் 31,500 அளவிற்கு வாங்க நினைத்து, அதற்காக ஒரு L/Cயை ஸ்வீடனின் தலைநகரான ஸ்டாக்ஹோம் என்ற இடத்தில் உள்ள சிட்டி பாங்கை L/C ஓபன் செய்யக் கூறுகிறது. L/Cயில் கீழே கண்ட கண்டிஷன்கள் இருக்க வேண்டும் என்றும் கூறுகிறது. கே.ஆர்.பி. கம்ப்யூட்டர்ஸ் மும்பையிலுள்ள கனரா வங்கியில் அக்கவுண்ட் வைத்துள்ளது.

The following information comprise the L/C.

Type of Credit	:	IRREVOCABLE
Expiry Date	:	30 July 2007
Place of Expiry	:	Mumbai
Amount	:	US dollars 31,500
Available with	:	Advising Bank by acceptance of Beneficiary's draft drawn at 30 days from bill of lading date.
Shipment of	:	Computers and Spare parts

Documents Required / Special Conditions:

- Signed Commercial Invoice in Triplicate
- 3/3 clean on board ocean bills of lading marked 'freight prepaid' consigned to the order of bank, marked notify applicant with full name and address, dated not later than 21 July 2007.
- Certificate of orgin showing goods are of Indian origin.
- Insurance Policy for 110 percent of invoice value, covering all risks and with SRCC as per Institute Cargo Clause, including warehouse to warehouse clause.
- Packing list in 3 copies.
- Documents must be presented within 10 days after bill of lading date.
- Please advise beneficiary adding your confirmation.
- All documents must be forwarded to us in one lot.
- All charges are for account of the beneficiary.
- Shipment is from Mumbai to Stockholm.
- At maturity of the draft, reimbursement is to be claimed at Citibank, New York.
- Transhipment and partial shipment are not allowed.

மேலே உள்ளவை ஸோல்வியா ஏ.பி. கம்பெனி தனது வங்கியான சிட்டி பாங்கிற்கு, L/C ஓபன் பண்ண வேண்டிக் கொடுக்கும் அப்ளிகேஷனில் உள்ள கண்டிஷன்கள். இதைக் கவனமாகப் படியுங்கள். மேலே உள்ள கண்டிஷன்களை வைத்து ஓபன் செய்யப்பட்ட L/Cயின் மாதிரியை கீழே கொடுத்துள்ளோம். அதையும் கவனமாகப் படியுங்கள். ஒரு L/C எப்படி இருக்கும் என்று தெளிவாகப் புரியும்.

The Credit is subject to UCP 600 of ICC publication 2007.

Citibank, Stockholm issues the documentary credit, sending an MT 700/701 to Canara Bank, Mumbai, the advising bank.

S.W.I.F.T. L/C MT 700

Explanation	Format
Sender	CITISESX Citibank, Stockholm
Message Type	700

Explanation	Format
Receiver	CNRBINBFD Canara Bank, Foreign Department, Mumbai
Message Text	
Seq. of Total	27 : 12
Form of D/C	40 A : IRREVOCABLE
D/C Number	20 : DC.IMPR 3410/3444
Applicable Rules	40E : UCP Latest version
Expiry Date	31D : 070730 STOCKHOLM
Applicant	50 : SOLVIA AB PO BOX 123 UPSALA, SWEDEN
Beneficiary	59 KRP Computers Mahim Mumbai
Curr / Amount	32 B : USD31500
Available with by	41 A : Canara Bank by acceptance
Drafts at	42 C : 30 days from bill of lading
Drawn on	42 A : CNRBINBFD, Canara Bank, Foreign Department, Mumbai
Partial Shipment	43 P : NOT ALLOWED
Transhipment	43 T : NOT ALLOWED
Loading	44 A : MUMBAI

Transport	44 B : STOCKHOLM
Charges	71 B : ALL CHARGES FOR THE BENEFICIARY'S ACCOUNT
Period for Presentation	48 : DOCUMENTS MUST BE PRESENTED WITHIN 10 DAYS FROM BILL OF LADING DATE
Confirm Inst	49 C : CONFIRM
Reimbursement	53 A : CITIUS33
Instructions	78 : ALL DOCUMENTS MUST BE FORWARDED TO US IN ONE LOT
End of Message Text / Trailer	
Explanation	**Format**
Sender	CITISESX CITI BANK, STOCKHOLM
Message Type	701
Receiver	CNRBINBFD CANARA BANK, FOREIGN DEPT., MUMBAI.
Message Text	
Seq. of Total	27 : 2/2
D/C Number	20 : DC.IMP 3410 / 3444
Description of Goods	45 B : Computer and Spare Parts
DOCUMENTS REQUIRED	46 B : + SIGNED COMMERCIAL INVOICE IN THREE FOLD.
	+ 3/3 CLEAN ON BOARD OCEAN BILLS OF LADING MARKED FREIGHT PREPAID CONSIGNED TO THE ORDER OF CITIBANK, MARKED NOTIFY APPLICANT WITH FULL NAME AND ADDRESS, DATED NOT LATER THAN 21 JULY

	2007+ CERTIFICATE OF ORIGIN SHOWING GOODS OF INDIAN ORGIN + INSURANCE POLICY FOR 110 PERCENT OF INVOICE VALUE, COVERING ALL RISKS WITH SRCC AS PER INSTITUTE CARGO CLAUSE, INCLUDING WARE HOUSE TO WAREHOUSE CLAUSE+ PACKING LIST IN 3 COPIES
End of Message Text / Trailer	

Swift முறையில் L/C ஓப்பன் செய்யப்படும்போது அது MT 700/701 என்று வரும். MT என்றால் Message Type எனப்படும்.

29. L/C வந்தவுடன் என்னென்ன கவனிக்க வேண்டும்?

L/C வந்தவுடன் என்னென்ன கவனிக்க வேண்டும்?

நீங்கள் பெற்றுள்ள L/C இந்தியாவிலுள்ள வங்கியால் உறுதி (Confirmed) செய்யப்பட்டுள்ளதா? (உறுதி செய்யப்படாமலும் ஏற்றுமதி செய்யலாம்).

வெளிநாட்டிலிருந்து L/C அனுப்பிய நபரை உங்களுக்கு அதிகம் தெரிந்திருக்காவிட்டாலும், அல்லது L/C அனுப்பிய வங்கியை உங்களுக்கு அதிகம் தெரிந்திருக்காவிட்டாலும், அல்லது அந்த வங்கி மீது உங்களுக்கு நம்பிக்கை குறைவாக இருந்தாலும் இந்திய வங்கியை அந்த L/Cயை உறுதி செய்யச் சொல்லலாம். இதுதான் Confirmation எனப்படும்.

இது தேவையா என நீங்கள் யோசிக்க வேண்டும்? தேவையெனில் இதற்கான கட்டணத்தை பெரும்பாலும் நீங்கள்தான் செலுத்த வேண்டியிருக்கும்.

L/C ஏற்றுமதி ஒப்பந்தத்தின்படி (Contract) நீங்கள் ஏற்றி அனுப்பப்போகும் சரக்குகளின் பெயர் மற்றும் விபரங்கள் சரியான முறையில் குறிப்பிடப்பட்டுள்ளதா?

L/C மதிப்பு ஒப்பந்தத்தின்படி உள்ளதா?

உங்களது விலாசம், இறக்குமதியாளரின் விலாசம் மிகச் சரியாக உள்ளதா?

சரக்குகளின் விலைக்குறியீடு (FOB / C&F / CIF போன்றவை) சரியான முறையில் உள்ளதா?

இறக்குமதியாளர் பணம் செலுத்தும் முறை (Sight / Usance) சரியான முறையில் குறிப்பிடப்பட்டுள்ளதா?

எந்த நாளுக்குள் ஏற்றுமதி செய்ய வேண்டும். சரக்குகளை எந்த இடத்திலிருந்து எந்த இடம் வரை அனுப்ப வேண்டும் என்பது ஒப்பந்தத்தின்படி குறிப்பிடப்பட்டுள்ளதா?

மற்ற ஆவணங்கள் (Documents) லேபிளிங், மார்க்கிங் (குறியீடு) போன்றவை ஒப்பந்தப்படி உள்ளதா?

L/C கண்டிஷன்கள் ஏதாவது ரிசர்வ் வங்கி கட்டுப்பாடுகளை மீறுகிறதா?

மேலே கண்டவை பொதுவானவை.

30. L/C மூலம் ஏற்றுமதி செய்தாலும் நஷ்டம் ஏற்படுமா?

L/C மூலமாக ஏற்றுமதி செய்வதிலும் நஷ்டங்கள் ஏற்பட வாய்ப்புண்டா?

நியாயமான இந்த சந்தேகம் சிலருக்கு வரலாம். L/C மூலமாக ஏற்றுமதி செய்யும்போதும் பணம் வராத சூழ்நிலை வரலாம்.

அதற்கான காரணங்கள்

* இறக்குமதியாளர் நாட்டில் போடப்பட்ட அவசரச் சட்டத்தால் வங்கி உங்களுக்கு பணம் அனுப்ப முடியாத சூழ்நிலை.
* ஆவணங்களில் ஏற்படும் தவறுகளால், வெளிநாட்டு வங்கி ஆவணங்களை நிராகரிக்கும் சூழ்நிலை.
* வெளிநாட்டு வங்கி திவாலாகும்போது.

மேலே கண்டவைகளை யோசித்து, யோசித்து ஏற்றுமதி செய்வதா? வேண்டாமா? என்ற சிந்தனையில் ஈடுபட வேண்டாம்.

இதற்காக இறக்குமதியாளர்களை தேர்வு செய்யும்போதும், அதீத கவனம் எடுத்து, சிறுசிறு குறைகள் இருந்தால்கூட அந்த இறக்குமதியாளர் வேண்டாம் என்ற முடிவுக்கு வருவீர்களே யானால், அது சரியான முடிவு அல்ல. இதுபோல முடிவு எடுப்பீர்களேயானால், ஏற்றுமதி வாய்ப்புக்கள் உங்களுக்கு கிடைப்பது அரிதாகிவிடும்.

இதுபோல இன்னல்களில் இருந்து, அதாவது L/C மூலமாக செய்தாலும் அல்லது L/C இல்லாமல் செய்தாலும் ஏற்படும் நஷ்டங்களை குறைப்பதற்காகவே, உங்களை பாதுகாப்பதற்காகவே ஏற்படுத்தப்பட்டது "ஏற்றுமதிக் கடன் உத்தரவாதக் கழகம்" (Export Credit Guarantee Corporation). இந்த நிறுவனம் 'ECGC' என சுருக்கமாக அழைக்கப்படுகிறது.

L/C இல்லாமல் கலெக்ஷனில் ஏற்றுமதி செய்பவர்கள் ஏற்றுமதி இன்சூரன்ஸ் செய்து ஏற்றுமதி செய்வது உங்களுக்கு நஷ்டங்களை தவிர்க்க உதவும்.

ஏற்றுமதிக் கடன் உத்தரவாதக் கழகம் உங்களுக்கு எந்த விதத்தில் உதவும்.

- இந்த நிறுவனம் உங்களது தேவைகளுக்கு ஏற்ப பாலிஸிகளை தருகிறது.
- சிறிய ஏற்றுமதியாளர்களுக்கான பாலிஸி (Small Exporters Policy)
- குறிப்பிட்ட வகை பாலிஸிகள் (Specific Policies)
- சர்வீஸஸ் பாலிஸிகள் (Services Policies)
- கட்டுமான வேலைப் பாலிஸிகள் (Construction Works Policy)
- வங்கிகள் வழங்கும் ஏற்றுமதிக்கு முன் கடனுக்கு உத்தரவாதம் (Packing Credit Guarantee)
- டிரான்ஸ்பர் பாலிஸிகள் (Transfer Policies)
- ஏற்றுமதி உற்பத்தி நிதி உத்தரவாதம் (Export Production Finance Guarantee)
- வெளிநாட்டு நாணய மதிப்பில் ஏற்ற இறக்கத்திற்கான ரிஸ்க் கவர் (Exchange Fluctuation Risk Cover)

மேற்கண்டவை ECGC அளிக்கும் முக்கியமான பாலிஸி உத்திரவாதங்களாகும்.

ECGC என்னென்ன ரிஸ்க்குகளை கவர் செய்யும்?

- இறக்குமதியாளர் திவாலாகும் பட்சத்தில் பணம் வராத சூழ்நிலை
- இறக்குமதியாளர் இறக்குமதிக்கான பணத்தை செலுத்த வேண்டிய காலத்திலிருந்து 4 மாதங்களுக்குள் செலுத்தாமலிருந்தால்.
- இறக்குமதியாளர் சரக்குகளை ஏற்றுக் கொள்ளாத பட்சத்தில்
- இறக்குமதியாளரின் நாட்டில் பணம் அனுப்ப தடை போடும் சூழ்நிலையில்

- இறக்குமதியாளரின் நாட்டில் சண்டைகள், உள்நாட்டுக் குழப்பங்கள், போர் ஏற்படும் பட்சத்தில்.
- இறக்குமதியாளரின் நாட்டில், புதிதாக போடப்படும் இறக்குமதிச் சட்டங்களினால் ஏற்படும் பாதிப்புகள்.
- ஏற்றுமதி சரக்குகள் கப்பலில் செல்லும்போது, வழியில் ஏற்படும் தடங்கல்களில், தடம் மாறிச் செல்லும் நிலைமை ஏற்பட்டால், அதற்காக ஏற்படும் அதிகப்படியான செலவுகள்.
- ஏற்றுமதியாளர், இறக்குமதியாளர் இருவரையும் மீறி வேறு ஏதாவது நஷ்டங்கள் ஏற்படும் பட்சத்திலும், அந்த நஷ்டங்கள் வேறு எந்த இன்சூரன்ஸ் கம்பெனியாலும் கவர் செய்யப்படாத பட்சத்திலும்.

என்னென்ன ரிஸ்க்குகளை கவர் செய்யாது?

இறக்குமதியாளருக்கும், ஏற்றுமதியாளருக்கும் சரக்குகளின் குவாலிட்டி சரியில்லை என்ற சச்சரவுகள் ஏற்பட்டு அதனால் பணம் வராத சூழ்நிலை.

- சரக்குகள் கெட்டுப் போகும் பட்சத்தில்
- ஏற்றுமதிக்காகப் பெறும் வெளிநாட்டுப் பணத்தில் (Foreign Currency) ஏற்படும் ஏற்றத்தாழ்வுகள் (Exchange Rate Fluctuation) - இதற்கென தனி கவர் எடுக்காத பட்சத்தில்
- ஏற்றுமதியாளர் காண்டிராக்ட் கண்டிஷன்களை பூர்த்தி செய்யாத பட்சத்தில்

(மேலே கொடுத்துள்ளவை பொதுவானவைதான். இவை பாலிஸிக்கு பாலிஸி மாறுபடும் என்பதைக் கவனத்தில் கொள்ளவும்)

ECGC-யின் தமிழ்நாட்டு அலுவலக முகவரிகளைக் கீழே கொடுத்துள்ளோம். அவர்களை தொடர்பு கொள்ளுங்கள்.

(L/C மூலமாக ஏற்றுமதி செய்யும்போது, ஆவணங்களில் தவறுகள் இருந்து, ஆவணங்கள் (Documents) நிராகரிக்கப்பட்டால் அதற்கு ECGC உத்தரவாதம் அளிக்காது)

ஏற்றுமதிக் கடன் உத்தரவாதக் கழகத்தின் (Export Credit Guarantee Corporation Ltd) தமிழ்நாடு அலுவலக முகவரிகள் கீழே கொடுக்கப்பட்டுள்ளன.

CHENNAI
Spencer Towers, 7th Floor
770 A, Anna Salai, Chennai - 600 002
Tel: (044) 28491026

COIMBATORE
Cheran Plaza,
II Floor,
Trichy Road,
Coimbatore - 641 018.
Tel: (0422) 2304775

MADURAI
Ist Floor, 12 Kamaraj Nagar, IInd Chinna Chockalingapuram
OCPM School Rd., Madurai - 625 002.
Tel: 0452 2525521.

SALEM
Shanthi Plaza III Floor
1/5, Bridavan Road
Fairlands, Salem

TIRUPUR
137/2, C.G. Complex, 2nd Floor
Kumaran Road, Tirupur - 641 602
Tel: (0421) 2232998

TUTICORIN
2088/4A, 1st Floor
V E Road
Tuticorin - 628003
Tel: 2324350

KARUR
III Floor
K.V.R. Complex
Opp. NIA
80 Feet Road
Karur
Tel: (04324) 233910

31. ஏற்றுமதியும், டாக்குமெண்டுகளும்

ஏற்றுமதியும், டாக்குமெண்டும் இரண்டு கண்கள் போன்றவை. குறிப்பாக எல்.சி. மூலமாக ஏற்றுமதி செய்யும்போது டாக்குமெண்ட்டுகளில் அதிகம் கவனம் செலுத்த வேண்டும். பொருட்களை எவ்வளவுதான் சிறப்பாகத் தயாரித்து இருந்தாலும், டாக்குமெண்ட்டுகளில் தவறு இருந்தால் பணம் கிடைக்காது. ஆதலால் பொருளைத் தயாரிக்க எவ்வளவு பாடுபடுகிறீர்களோ, அதில் சிறிதளவும் குறையாமல் டாக்குமெண்ட் தயாரிப்பதிலும் சிரத்தை எடுத்தக்கொள்ள வேண்டும்.

ஏற்றுமதியில் டாக்குமெண்ட்டுகள் ஏற்றுமதியாளர், இறக்குமதியாளர் தேவையைப் பொறுத்தது. முக்கியமான டாக்குமெண்ட்டுகளாக கீழ்க்கண்டவை கருதப்படும்.

1. Bill of Exchange
2. Invoice
3. Bill of Lading or Airway Bill
4. Insurance Policy
5. Packing List
6. Inspection Certificate

(நீங்கள் புதிய ஏற்றுமதியாளராக இருந்து, உங்களுக்கு ஏற்றுமதி ஆர்டர்கள் கிடைக்கும் பட்சத்தில் ஏற்றுமதி டாக்குமெண்ட் பற்றி சந்தேகங்கள் வருமெனில் என்னைத் தொடர்பு கொள்ளுங்கள். உங்களுக்கு ஒரு டாக்குமெண்ட் தயாரிக்க இலவசமாக உதவுகிறேன்.)

32. ஏற்றுமதிக் கடன் பெறுவது எப்படி?

ஏற்றுமதி என்றவுடன் அரசாங்கமும், வங்கிகள் அளிக்கும் கடன்களும், சலுகைகளும்தான் ஞாபகத்திற்கு வரும். நாட்டின் அந்நியச் செலாவணி இருப்பை (Foreign Exchange Reserves) அதிகப்படுத்த ஒரு சிறந்த வழி ஏற்றுமதியை அதிகரிப்பதாகும். ஆதலால் அரசாங்கம் வங்கிகள் மூலமாக ஏற்றுமதிக் கடன்களை குறைந்த வட்டியில் வழங்கி ஏற்றுமதியை ஊக்குவிக்கிறது.

ஏற்றுமதியில் மிக முக்கியமானது 'விலை நிர்ணயித்தல்' என்பதை எப்பொழுதும் ஞாபகத்தில் வைத்துக்கொள்ள வேண்டும். இறக்குமதியாளர் பல நாடுகளிலிருந்தும் விலை விபரம் பெறுவர். எங்கு விலை குறைவாக, பொருள் தரமானதாக இருக்கிறதோ அங்கிருந்துதான் வாங்குவார். நீங்கள் ஏற்றுமதிப் பொருட்களின் விலையைக் குறைத்து நிர்ணயிக்க வங்கிகள் வழங்கும் குறைந்த வட்டிக் கடன்களும் பெரும் பங்காற்றுகின்றன.

ஏற்றுமதிக் கடன்களை இருவகையாக பிரிக்கலாம்.

1. ஏற்றுமதிக்கு முன் கடன் (Preshipment Finance) இது சுருக்கமாக PC என அழைக்கப்படுகிறது.
2. ஏற்றுமதிக்கு பின் கடன் (Post-Shipment Finance)

ஏற்றுமதிக்கு முன் கடன்

ஏற்றுமதியாளர் L/C அல்லது ஆர்டர் பெற்றவுடன் அவற்றை அவரது வங்கியில் காண்பித்து அந்த ஏற்றுமதிக்கான பொருட்களை தயார் செய்ய, மூலப் பொருட்கள் வாங்க, தயாரிப்பு செலவு களுக்காக, பேக்கிங் முதலிய செலவுகளுக்கு பெறப்படும் கடன் தான் ஏற்றுமதிக்கு முன் கடன் (Preshipment Finance) எனப்படும்.

இவ்வகைக் கடன்கள் எல்லாவகை ஏற்றுமதியாளர்களுக்கும் வங்கிகளால் வழங்கப்படுகின்றது. நான் முன்பே கூறியபடி, ஒரு

வங்கியில் நிலையாக கணக்கு வைத்து வரவு-செலவு செய்து வந்தால்தான் அவர்களுக்கு உங்கள் மீது நம்பிக்கை வரும் கடன்கள் கொடுப்பதற்கு.

வங்கியில் நீங்கள் செய்யும் கணக்கு வழக்குகள், உங்களைப் பற்றி வங்கிக்கு எடுத்துச் சொல்லுமாறு இருக்க வேண்டும்.

L/C அல்லது ஆர்டருடன் புதிதாக ஒரு வங்கியில் நுழைந்து ஏற்றுமதிக் கடன் வேண்டுமென்று கேட்டீர்களேயானால் அவர்களால் தர இயலாது.

வங்கிகள் கடன் வழங்கும்போது உங்களிடமிருந்து என்ன எதிர்பார்க்கும்?

- உங்களிடம் உறுதியான ஏற்றுமதி ஆர்டர் அல்லது L/C இருக்கிறதா?
- உங்களால் அந்த ஏற்றுமதியைச் செய்ய முடியுமா? முன் அனுபவம் உண்டா?
- நீங்கள் நீண்டநாட்களாக அந்த வங்கியில் கணக்கு வழக்கு செய்து வருகிறீர்களா?
- உங்களுடைய வங்கி நடவடிக்கைகள் திருப்திகரமாக உள்ளதா?
- வாங்கப்போகும் கடனுக்கு நீங்கள் ஏதாவது உத்தரவாதம், ஜாமீன் தர இயலுமா?
- உங்கள் நிறுவனத்தின் 3 அல்லது 5 ஆண்டு நிதிநிலை அறிக்கைகள் (Balance Sheet) எவ்வாறு உள்ளது?
- உங்களால் Margin தர இயலுமா?
- நீங்கள் ஏற்றுமதி செய்யப்போகும் பொருட்கள் என்னென்ன? அவைகளுக்கு ஏற்றுமதி வாய்ப்பு உள்ளதா?

மேலே கண்டவற்றை ஆராய்ந்து, அவர்கள் உங்களுக்கு கடன் கொடுப்பதா? வேண்டாமா? என்று முடிவு செய்வார்கள். ஏற்றுமதிக்கு முன் கொடுக்கப்படும் கடன்கள் சாதாரணமாக 180 நாட்கள் வரை அதிகபட்சமாக கொடுக்கப்படுகிறது. இவை சலுகை வட்டியில் உங்களுக்கு வழங்கப்படுகிறது. வட்டி விகிதங்கள் வங்கிக்கு வங்கி மாறுபடுகிறது.

ஏற்றுமதிக்கு பின் கடன்கள் (Post-Shipment Finance)

ஏற்றுமதி செய்து முடிந்தபிறகு அதற்கான ஆவணங்களை (Documents) வங்கிகளில் சமர்ப்பித்துப் பெறும் கடன், ஏற்றுமதிக்கு பின் கடன் (Post Shipment Finance) எனப்படும். நீங்கள் ஏற்றுமதிக்கு முன்பாக கடன் பெற்றிருந்தால், அந்தக் கடனைக் கழித்துக்கொண்டு, மீதியை உங்கள் கணக்கில் வரவு வைப்பார்கள். சலுகை வட்டியில் இவ்வகையிலும் கடன்கள் 180 நாட்கள் வரைதான் (ஏற்றுமதி செய்த நாளிலிருந்து) அதிகபட்சமாக வழங்கப்படுகிறது. வட்டி விகிதங்கள் வங்கிக்கு வங்கி மாறுபடும்.

ஏற்றுமதிக்கு முன் / பின் வழங்கப்படும் கடன்கள் அந்நியச் பணத்திலும் (Foreign Currency) வழங்கப்படுகிறது. அதாவது யூரோ, டாலர் போன்றவை.

உங்களுடைய ஏற்றுமதி L/C மூலமாக நடைபெற்றால் அதற்கான ஆவணங்கள் (டாக்குமெண்ட்ஸ்) சரியான முறையில் தவறில்லாமல் தயாரிக்கப்பட்டிருக்க வேண்டும். சரியான முறைப்படி தவறில்லாமல் தயாரிக்கப்படும் ஆவணங்கள்தான் உங்களுக்கு தொந்தரவுகளை உண்டாக்காது. இல்லாவிடில் ஆவணங்களில் பிழை இருக்கிறது என்று திருப்பியனுப்பப்பட்டு விடும். உங்களுடைய சரக்குகள் சிறப்பாக இருந்தாலும் பணம் கிடைக்காது. நீங்களும் இக்கட்டான சூழ்நிலையில் மாட்டுவீர்கள்.

33. ஏற்றுமதிக்காக வெளிநாட்டுப் பயணம் – அந்நியச் செலாவணி பெறுவது எப்படி?

பல சமயங்களில் ஏற்றுமதிக்காக வெளிநாட்டு பயணங்கள் மேற்கொள்ள வேண்டியிருக்கும். அந்த சமயங்களில் உங்களுக்கு பல சந்தேகங்கள் ஏற்படலாம். அந்த நாட்டுக்கு செல்லும் முன் என்னென்ன நடைமுறைகளைக் கடைபிடிக்க வேண்டும்? எப்படி விசா வாங்குவது? இந்திய ரூபாயை வெளிநாட்டிற்கு எடுத்துச் செல்ல முடியுமா? வெளிநாட்டுப் பணமாக (Foreign Currency) அல்லது வெளிநாட்டு டிராவலர்ஸ் செக்தான் (Foreign Traveller's Cheque) எடுத்து செல்ல வேண்டுமா? அப்படியெனில் என்னென்ன நடைமுறைகளைக் கடைப்பிடிக்க வேண்டும்? என்று பல குழப்பங்கள் ஏற்படும். அவைகளைப் பற்றி காண்போம்.

ஏதாவது ஒரு வெளிநாட்டிற்கு செல்லும்போது என்னென்ன நடைமுறைகளைக் கடைப்பிடிக்க வேண்டும்? எப்படி விசா வாங்குவது?

ஒவ்வொரு நாட்டிற்கும் செல்வதற்கு விசா வழங்குவதற்கு அந்தந்த நாடுகள் பலவிதமான நடைமுறைகளை வைத்துள்ளது. அவற்றையெல்லாம் பட்டியலிட்டால் தனிப்புத்தகம் போட வேண்டியிருக்கும். எளிதான வழி அந்தந்த நாட்டு தூதரகங்களின் இந்திய அலுவலகங்களை தொடர்பு கொள்வதுதான். அந்த அலுவலகத்தை தொடர்பு கொண்டால், அவர்கள் உங்களுக்கு அந்த நாட்டுக்கு வியாபார நிமித்தமாக செல்ல என்னென்ன நடைமுறைகளைக் கடைப்பிடிக்க வேண்டும் என்று கூறுவார்கள்.

வெளிநாட்டு தூதரகங்கள் / அலுவலகங்கள் இந்தியாவில் இல்லை என்றால் என்ன செய்வது? பல நாடுகள் அந்த நாட்டுக்கு சென்றவுடன் ஏர்போர்ட்டில் வைத்து விசா கொடுக்கும் பழக்கம் வைத்துள்ளன (Visa on Arrival). பல நாட்டு தூதரகங்களின் வெப்சைட்டுகளின் மூலமாகவும் நடைமுறைகளை (procedures) தெரிந்து கொள்ளலாம்.

அந்நியச் செலாவணி பெறுவது எப்படி?

மேற்படிப்பு, மருத்துவ சிகிச்சை, சுற்றுலா, வியாபாரம் என்று வெளி நாடு செல்பவர்களின் எண்ணிக்கை நாள்தோறும் அதிகரித்து வருகிறது.

வெளிநாடு செல்லும்போது அந்நாட்டில் ஏற்படும் செலவுகளுக்கு எப்படி பணம் எடுத்துச் செல்வது? இந்தியப் பணமா? அந்நிய நாட்டுப் பணமா? எவ்வளவு எடுத்துச் செல்லலாம்? அந்நியச் செலாவணி விதிமுறைகள் என்னென்ன? இந்தியாவில் வெளிநாட்டுப் பணத்தை வாங்க இயலுமா? வெளிநாடு செல்ல நினைப்பவர்களுக்கு இதுபோல் பல குழப்பங்கள் ஏற்படும். இதற்காக மத்திய அரசு போட்டிருந்த அந்நியச் செலாவணி கட்டுப்பாடு (பெரா) சட்டத்தை மாற்றி சுலபமான அந்நியச் செலாவணி மேலாண்மைச் சட்டத்தை (பெமா) கொண்டுவந்துள்ளது.

அந்நியச் செலாவணி எவ்வளவு எடுத்துச் செல்லலாம்?

தனிப்பட்ட முறையில் அதாவது உறவினர்களைப் பார்க்க அல்லது சுற்றுலா பயணங்களுக்காக நீங்கள் வெளிநாடு செல்லும்போது ஒரு வருடத்திற்கு 5 ஆயிரம் அமெரிக்க டாலர் வரை எடுத்துச் செல்லலாம். (நேபாளம், பூடான் நாடுகள் தவிர).

அலுவலக விஷயமாக வெளிநாடு செல்லும்போது ஒரு நபர் 25 ஆயிரம் அமெரிக்க டாலர் வரை எடுத்துச் செல்லலாம். முன்பு இருந்ததைப்போல் ஒரு நாளுக்கு இவ்வளவு என்ற வரம்புகள் தற்போது இல்லை நீங்கள் 2 நாட்கள் அலுவலக விஷயமாக வெளிநாடு சென்றாலும் கூட 25 ஆயிரம் டாலர் வரை கொண்டு செல்லலாம்.

நமது வெளிநாட்டு வர்த்தகத்தை மேம்படுத்த மத்திய அரசு இந்த முடிவை எடுத்துள்ளது. எனவே இதில் அந்நியச் செலாவணிக் கட்டுப்பாடுகளை அதிகம் விதிக்கவில்லை.

இந்திய ரூபாயை எடுத்துச் செல்லலாமா?

வெளிநாடு செல்லும்போது ரூ.5 ஆயிரத்துக்கு மேல் இந்திய ரூபாய் எடுத்துச் செல்ல இந்திய அரசு அனுமதிப்பதில்லை.

நேபாளம், பூடான் செல்லும்போது இந்திய ரூபாயாகத்தான் கொண்டு செல்ல வேண்டும். அந்நியச் செலாவணி கொண்டு செல்ல இயலாது.

வெளிநாட்டுப் பணம் யாரிடம் பெறலாம்?

வெளிநாடு செல்லும்போது, அந்நியச் செலாவணி பெற வங்கிகளும், அந்நியச் செலாவணி விற்கும் தாமஸ்குக், வால் ஸ்ட்ரீட் போன்ற பிற நிறுவனங்களும் உங்களுக்கு உதவும்.

பதட்டத்தை தவிருங்கள்

அந்நியச் செலாவணியை வங்கிகளில் வாங்க, குறிப்பிட்ட நேரத்திற்குள் செல்ல வேண்டும். தனியார் நிறுவனங்கள் அதிக நேரம் சேவை செய்கின்றன. தனியார் நிறுவனங்களிடம் இந்தியப் பணம் ரூ.50 ஆயிரம் வரைதான் பணமாகக் கொடுத்து அதற்கு உண்டான அந்நியச் செலாவணியை பெற இயலும். அதற்குமேல் அந்நியச் செலாவணி பெற வேண்டுமானால் முழுப்பணத்திற்கும் செக், டிராப்ட் கேட்பார்கள்.அதை மாற்றிய பின்தான் உங்களுக்கு அந்நியச் செலாவணி தருவார்கள். நீங்கள் தொடர்ந்து அந்நியச் செலாவணி வாங்குபவராக இருந்தால் காசோலையை மாற்றுவதற்கு முன்பே கூட அவர்கள் அந்நியச் செலாவணியைத் தரலாம்.

நீங்கள் கணக்கு வைத்திருக்கும் வங்கியை விட்டு வேறு வங்கியில் அந்நியச் செலாவணி வாங்கச் சென்றால் அங்கும் இதே பிரச்சனை ஏற்படும். ஆனால், சாதாரணமாக நீங்கள் கணக்கு வைத்திருக்கும் வங்கியில்தான் அந்நியச் செலாவணி பெற விரும்புவீர்கள் அதனால் அவர்கள் உங்கள் கணக்கில் பற்று வைத்து வழங்குவார்கள்.

சாதாரணமாக, எல்லா வங்கிக் கிளைகளிலும் அந்நியச் செலாவணியை உடனடியாகப் பெற இயலாது. குறிப்பிட்ட சில முக்கிய கிளைகள் மூலமாகவே வழங்குவார்கள். வெளிநாடு செல்லும்போது கடைசி நேரத்தில் அந்நியச் செலாவணிக்காக அலையாமல் சில நாட்கள் முன்னதாகவே பெறுவது நல்லது. கடைசி நிமிடப் பதட்டங்களை தவிர்க்கலாம்.

பயணக் காசோலை (டிராவலர்ஸ் செக்) வாங்கும்போது வங்கி அல்லது நிறுவன அதிகாரிகளின் முன்பு நீங்கள் காசோலையில் கையெழுத்திட்டு வாங்க வேண்டும். வாங்குபவருக்குத் தரப்படும் அத்தாட்சி ரசீதை பத்திரமாக வைத்திருக்க வேண்டும்.

ரசீதையும், பயணக் காசோலையையும் தனித்தனியாக வைத்திருப்பது நல்லது. ஒரு வேளை உங்களது பயணக் காசோலை வெளிநாட்டுப் பயணத்தின்போது தொலைந்துவிட்டால் அருகிலுள்ள

வங்கி அல்லது நிறுவனத்தில் நீங்கள் வைத்திருக்கும் ரசீதை வைத்து தகவல் கொடுத்து மற்றவர்கள் அதை மாற்ற முயலாமல் தடுக்கலாம்.

வெளிநாடு செல்லும்போது அந்நியச் செலாவணி பணமாக அதிகபட்சமாக 2000 அமெரிக்க டாலர்கள் வரைதான் கொண்டு செல்ல இயலும்.

மீதமுள்ளவற்றை பயணக் காசோலையாகவோ அல்லது வரைவோலையாகவோ (டிமாண்ட் டிராப்ட்) கொண்டு செல்லலாம்.

வெளிநாடு செல்லும்போது அமெரிக்க டாலர்களையே பணமாகவோ அல்லது பயணக் காசோலையாகவோ கொண்டு செல்வது நல்லது. ஏனெனில் அமெரிக்க டாலர்களை எந்த நாட்டிலும் எளிதாக மாற்ற இயலும்.

மீதமுள்ள அந்நியச் செலாவணியை என்ன செய்வது?

பணமாக உள்ள அந்நியச் செலாவணியை நீங்கள் வெளிநாடு சென்று திரும்பி வந்ததும் 90 நாட்களுக்குள் வங்கி / அங்கீகாரம் பெற்ற நிறுவனங்களில் திருப்பிச் செலுத்த வேண்டும்

இந்தக் காலத்திற்குள் வேறு ஒரு முறை வெளிநாடு செல்ல வேண்டுமானால் உங்களிடம் உள்ள அந்நியச் செலாவணியை உபயோகப்படுத்திக் கொள்ளலாம்.

அமெரிக்க டாலர் மதிப்பில் 2 ஆயிரம் வரை வைத்துக் கொண்டு மீதியை திருப்பிச் செலுத்தினால் போதும். இந்தியாவில் இருக்கும்போது 2 ஆயிரம் அமெரிக்க டாலர் வரை கையில் எப்போதும் வைத்திருக்கலாம்.

கிரெடிட் கார்டு பயன்படுத்தலாமா?

வெளிநாடு செல்லும் முன் இந்தியாவில் அந்நியச் செலாவணி பெறாமல் இருந்தாலும் அல்லது குறைவாகப் பெற்றிருந்தாலும் உங்களுடைய சர்வதேச கிரடிட் கார்டு, ஏடிஎம் கார்டு, டெபிட் கார்டு ஆகியவற்றை வெளிநாட்டில் உபயோகிக்கலாம்.

இதன்மூலம் பில்களை இந்தியாவிலிருந்து அந்நியச் செலாவணியாகச் செலுத்தலாம்.

உங்கள் பயணம் இனிதாக வாழ்த்துக்கள்.

34. ஏற்றுமதி இறக்குமதியில் ஏற்படும் சர்ச்சைகளை எவ்வாறு தீர்ப்பது?

ஏற்றுமதி / இறக்குமதி சர்ச்சைகள் தீர்த்தல் (Resolving Disputes in Exports / Imports)

எவ்வளவுதான் நீங்கள் கவனமாக ஏற்றுமதி / இறக்குமதி ஒப்பந்தங்கள் (Export / Import Contracts) போட்டாலும், ஆவணங்கள் (Documents) தயார் செய்தாலும் சர்ச்சைகளைத் தவிர்க்க இயலாது.

ஒப்பந்தங்கள் போடும்போது அதில் உள்ள ஒரு ஷரத்து (Clause) இவ்வகையில்தான் அர்த்தம் தொனிக்கிறது என்று நீங்கள் நினைத்திருப்பீர்கள். ஆனால், வெளிநாட்டில் உள்ளவரோ (இறக்குமதியாளர்) வேறுவகையில் நினைத்திருக்கக்கூடும். இது உங்கள் இருவருக்கிடையே சர்ச்சைகளை எழுப்பக்கூடும்.

மேலும், முன்பு கூறியபடி பல வெளிநாட்டு வர்த்தகங்கள் தொலைவு காரணமாக ஒருவரை ஒருவர் நேரடியாகப் பார்க்கா மலேயே ஒப்பந்தங்கள் மூலமாகவே நடைபெறுகிறது. பலருக்கு தற்சமயம் ஒப்பந்தங்கள் போடவே நேரம் இருப்பதில்லை.

வர்த்தகங்கள் தொலைபேசி மூலமாகவோ அல்லது தந்தி, தொலைநகல் (Fax), மின் அஞ்சல் (E-mail) மூலமாகவோ நடைபெறுகிறது. இன்னும் பல சமயங்களில் ஏஜெண்டுகளின் மூலமாக நடைபெறுகிறது.

ஆதலால் வெளிநாட்டு வர்த்தகத்தில் ஏற்படும் சர்ச்சைகளை எப்படித் தீர்ப்பது என்று அறிந்துகொள்வது அவசியம்.

சர்ச்சைகள் எதனால் ஏற்படலாம்?

1. வாய்வழி ஒப்பந்தங்கள்
2. விலைக்குறியீடுகளை (Incoterms 2000) சரியாகப் புரிந்து கொள்ளாததால் ஏற்படும் சர்ச்சைகள்.

3. இருவருக்கிடையேயான மொழிப் பிரச்சனையால் புரிந்து கொள்வதில் ஏற்படும் சிரமங்கள்.
4. அவரவர் நாட்டுப் பழக்க வழக்கங்களைக் கடைப்பிடிப்பதால் ஏற்படும் கருத்து வேறுபாடுகள்.
5. முகவர்களால் ஏற்படும் பிரச்சனைகள்
6. பேசியபடி தள்ளுபடி / கமிஷன் கொடுக்காதபோது
7. சரியான சமயத்தில் சரக்குகளை அனுப்பாதபோது
8. சரக்குகளை அனுப்பாமல் ஏமாற்றும்போது
9. சரக்குகளின் தரம் சரியில்லாதபோது
10. சரக்குகளை வாங்கிக் கொண்டு பணம் அனுப்பாமல் இருக்கும்போது
11. ஆவணங்களில் ஏற்படும் தவறுகளால்

சர்ச்சைகளை எவ்வாறு குறைப்பது?

சர்ச்சைகளை முழுவதுமாக தீர்க்க முடியாவிட்டாலும், நிச்சயமாக குறைக்க இயலும். குறைப்பதற்கு கீழே கண்டவைகளில் அதிக கவனம் செலுத்தினால் போதும்.

1. ஒப்பந்த பத்திரங்கள் (Contract Forms)
2. இன்கோடெர்ம்ஸ் 2000 (Incoterms 2000) எனும் விலைக்குறியீடுகளில் உங்களின் பங்கை புரிந்து கொள்ளுதல். இதுபற்றி மிக விரிவாக முன்பே படித்துள்ளோம்.
3. ஆவணங்களில் ஏற்படும் சர்ச்சைகளைத் தீர்க்க "UCPDC 600" என்ற உலகளவில் பயன்படுத்தப்படும் விதிகளைப் பற்றிய விளக்கங்களைப் புரிந்து கொள்ளுதல்.

ஒப்பந்தப் பத்திரங்கள்

சரியாக போடப்பட்ட ஒப்பந்தம் சர்ச்சைகள் ஏற்படாமல் இருக்குமாறு பார்த்துக் கொள்ள உதவும். ஒரு ஒப்பந்தத்தில் என்னென்ன முக்கியமான ஷரத்துக்கள் வரவேண்டும் என்று International Chamber of Commerce அறிவுறுத்தியுள்ளது. அந்த நிறுவனம் 'மாதிரி ஒப்பந்தத்தையும்' (Model Contract) வெளியிட்டுள்ளது.

விலைக்குறியீடுகள் (Incoterms 2000)

சரக்குகளை ஏற்றி அனுப்பும் முன் Terms of Payment (FOB / CIF / C&F போன்றவை) அறிந்து கொள்ளுதல் அவசியம். அவற்றின் அர்த்தங்களைப் புரிந்து கொள்வதுடன், அவற்றில் நீங்கள் ஆற்ற வேண்டிய கடமை என்ன என்பதையும் தெரிந்துகொள்வது மிகவும் அவசியம். Incoterms விதிகளை 2000ம் வருடம் International Chamber of Commerce (ICC) திருத்தி வெளியிட்டுள்ளது. இது பற்றியும் ஏற்கனவே பார்த்துள்ளோம்.

ஆவணங்களும் அதற்கான விதிகளும் (Documents and UCPDC 600)

ஆவணங்களில் ஏற்படும் சர்ச்சைகளைத் தீர்க்க ICC, Paris நிறுவனம் (Uniform Customs and Practices for Documentary Credits 600) என்ற விதிகளை வெளியிட்டுள்ளது. ஒவ்வொரு ஆவணமும் எவ்வாறு தயாரிக்கப்படவேண்டும் என்று தெளிவாக குறிப்பிடப் பட்டிருக்கிறது.

35. ஏற்றுமதி தகராறுகளை எப்படித் தீர்ப்பது?

என்னதான் கவனமாக ஒப்பந்தம் போட்டாலும் ஏற்றுமதி/ இறக்குமதி செய்யும்போது, சிலசமயம் தகராறுகள் ஏற்படுவதும் சகஜம்.

ஏற்றுமதி/ இறக்குமதியில் பெரிய அளவிலான பிரச்சனைகள் வந்தால் அதை இருவழியாகத் தீர்க்கலாம்.

1. சட்டம் மூலமாக (Litigation)

2. நடுவர் தீர்ப்பு மன்றம் (Arbitration)

சட்டம் மூலமாக தீர்க்கும்போது கீழ்க்கண்ட பிரச்னைகள் வரலாம்.

நீதிமன்றம் மூலமாக வழக்குகள் போகும்போது தாமதங்கள் தவிர்க்க இயலாதது. பல சமயம் வருடங்கள் ஆகலாம்.

வர்த்தகப் பிரச்சனைகள் சம்பந்தமாக சட்டங்களில் திறமை வாய்ந்த வழக்கறிஞர்கள் குறைவு. ஆதலால் சாதாரண வழக்கறிஞர்களிடம் உங்கள் பிரச்சனைகளை தீர்க்கச் சொல்லும்போது, அவர்கள் அதற்கான சட்டங்களை முழுமையாக படித்துப் புரிந்துகொள்ள வேண்டிய கட்டாயம் ஏற்படுகிறது.

சட்டம் மூலமாக வர்த்தகப் பிரச்சனைகள் தீர்க்கப்படும்போது அவை பத்திரிக்கைகளில் வெளியிடப்படும். அவை அந்த நிர்வாகத்தின் நடவடிக்கைகளை வெளிக் காண்பிப்பதாக இருக்கும்.

சட்டம் மூலமாக தீர்வு காணும்போது, யார் வெற்றி பெற்றாலும் பல வருடங்களாக இரு சாராருக்கும் இருந்து வந்த உறவுகள் அறுந்து போகக் காரணமாக இருக்கின்றன. ஏனெனில் இது சமாதான நடவடிக்கை இல்லாததுதான் காரணம்.

நடுவர் தீர்ப்பு மன்றம் மூலமாக தீர்வு காணும்போது என்ன லாபம்?

நடுவர் தீர்ப்பு மன்றம் வர்த்தகப் பிரச்சனைகளுக்காகவே ஏற்படுத்தப்பட்டது. ஆதலால் தீர்ப்புகள் சீக்கிரமாக வழங்கப்படுகிறது.

தாமதங்கள் ஏற்படாது. அதிக பட்சமாக ஒரு வருடத்திற்குள் தீர்ப்புகள் வழங்கப்படுகிறது.

செலவுகள் குறைவு. சட்டம் மூலமாக செல்லும்போது கோர்ட் பீஸ், ஸ்டாம்ப், வழக்கறிஞர்களின் செலவு ஆகியவை சாதாரணமாக வழக்கில் சம்பந்தப்பட்டுள்ள பணத்தில் 10 முதல் 15 சதவிகிதம் வரை வரும். நடுவர் தீர்ப்பு மன்றம் மூலமாக செல்லும்போது செலவுகள் 2முதல் 5 சதவீதத்திற்குள்தான் வரும்.

நடுவர் தீர்ப்பு மன்றம் மூலமாக வழங்கப்படும் தீர்ப்புகள் வெளியில் அறிவிக்கப்படுவதில்லை. சம்பந்தப்பட்ட நிறுவனங்களின் பெயர் காப்பாற்றப்படுகிறது.

இந்தியாவில் உள்ள நடுவர் தீர்ப்பு மன்றத்தின் முகவரி:

The Indian Council of Arbitration
Federation House
Tensen Marg
New Delhi - 110 001.

36. ஏற்றுமதியாளர்களும், ரிசர்வ் வங்கி விதிகளும்

பெமா (Fema - Foreign Exchange Management Act) சட்டம் அறிமுகப்படுத்தப்பட்ட பிறகு, ஏற்றுமதியாளர்களுக்கான ரிசர்வ் வங்கியின் விதிகள் தளர்த்தப்பட்டு எளிதாக்கப்பட்டுள்ளன. பொதுவாக ஏற்றுமதியாளர்களுக்கு உபயோகப்படும் முக்கியமான விதிகளைக் காண்போம்.

ஏற்றுமதிக்கான மதிப்பை அரசுக்கு தெரிவிக்க வேண்டுமா?

ஏற்றுமதி செய்வதற்கு முன் ஏற்றுமதிக்கான மதிப்பை (Value) அதற்கென உள்ள பாரங்களில் (Forms) தெரிவிக்க வேண்டும். GR/RP, EDI Shipping Bill, SDF, Softex ஆகியவை இவ்வகை பாரங்களின் வகைகளாகும். ஏற்றுமதி செய்யும்போது அதன் மதிப்பு தெரியாவிட்டால் உத்தேசமாக பெறப்போகும் அந்நியச் செலாவணியின் மதிப்பைத் தெரிவிக்க வேண்டும். நேபாளம், பூடான் நாடுகளுக்கு ஏற்றுமதி செய்யும்போது இவ்வகை பாரங்கள் நிரப்பத் தேவையில்லை. ஏனெனில், இந்நாடுகளுக்கிடையேயான வர்த்தகம் இந்திய ரூபாயில்தான் நடக்கிறது.

நீங்கள் இந்த பாரங்களில் குறிப்பிடும் அந்நியச் செலாவணியின் மதிப்பு சரியானதா? என்று கஸ்டம்ஸ் அதிகாரிகள் ஆராய்ந்து முடிவு செய்வார்கள்.

ஏற்றுமதி செய்தபிறகு மேலே குறிப்பிட்டுள்ள Form- ன் Duplicate காப்பியையும், ஏற்றுமதிக்கான ஆவணங்களையும் 21 நாட்களுக்குள் உங்களது வங்கியில் சமர்ப்பிக்க வேண்டும்.

இந்த வகை பாரங்களை (Forms) நிரப்பாமல் ஏற்றுமதி செய்ய, எவ்வகை ஏற்றுமதிகளுக்கு விலக்கு உண்டு?

1. நீங்கள் பணம் வாங்காமல் அனுப்பும் வர்த்தக சாம்பிள்கள்.
2. வெளிநாட்டிற்கு மாறுதல் ஆகிச் செல்லும்போது கொண்டு செல்லும் சொந்த சாமான்கள்.

3. ரூபாய் 5 லட்சத்திற்குக் கீழ் மதிப்புள்ள Gift அனுப்பும்போது

4. டாலர் 25,000க்கு கீழ் மதிப்புள்ள சாமான்கள் ஏற்றுமதி செய்யும்போது

5. மறுபடி ஏற்றுமதி செய்யப்படும் என்ற நிபந்தனையுடன் இறக்குமதி செய்யப்படும் சரக்குகள்.

6. ஏற்றுமதி செய்யப்பட்ட சரக்குகள் தரம் சரியில்லை என்ற பட்சத்தில் அதற்கான Replacement சரக்குகள் பணம் வாங்காமல் அனுப்பும்போது, மேலும் ஒன்றிரண்டு வகையில் சரக்குகள் ஏற்றுமதி செய்யும்போது.

ஏற்றுமதிக்கான அந்நியச் செலாவணியை எவ்வளவு நாட்களில் பெற வேண்டும்?

சாதாரணமாக ஏற்றுமதிக்கான அந்நியச் செலாவணியை ஏற்றுமதி செய்த நாளிலிருந்து 180 நாட்களில் பெற வேண்டும். குறிப்பிட்ட சில நாடுகளுக்கு ஏற்றுமதி செய்யப்பட்டிருந்தால் அங்கிருந்து பணத்தைப் பெற 360 நாட்கள் வரை அனுமதி அளிக்கப்பட்டுள்ளது.

சாதாரணமாக பணத்தை வங்கி மூலமாகத்தான் பெறுவீர்கள். சிலசமயம் உங்களிடமிருந்து சரக்குகளை வாங்குபவர் DD, TC, Currency ஆகத் தரலாம். இவ்வகையாக பணத்தைப் பெற்றால் அவற்றை உடன் வங்கியில் கொடுக்க வேண்டும்.

வெளிநாட்டு கரன்ஸியாக இருந்தால், ஏற்றுமதியாளர்கள் தங்களுக்குத் தேவையெனில் அதிகபட்சமாக 2000 டாலர்கள் வரை வைத்துக் கொண்டு மீதியை வங்கியில் செலுத்தலாம்.

ஏற்றுமதி கமிஷன்

பெரும்பாலும் ஏற்றுமதிக்கு நீங்கள் பெற்ற ஆர்டருக்கு கமிஷன் கொடுக்கவேண்டிய சூழ்நிலை வரும். அவ்வகையில் கமிஷனை வெளிநாட்டில் உள்ள முகவரிக்கு அனுப்ப முடியுமா என்ற கேள்வி வரும்? தாராளமாக அனுப்பலாம்.

முன்பு அதிகபட்சமாக 125 சதவிகிதம்தான் அனுப்பலாம் என்றிருந்தது. தற்போது அந்த கட்டுப்பாடு நீக்கப்பட்டுவிட்டது.

ஏற்றுமதி செய்வதற்கு முன் அனுப்ப இயலாது. ஏற்றுமதி செய்த பிறகுதான் அனுப்ப இயலும்.

ஏற்றுமதி பாரங்களை (GR/PP) யாரிடம் சமர்ப்பிக்க வேண்டும்?

ஏற்றுமதி கப்பல்/ விமானம்/ தரைவழி/ நீர்வழிப் போக்குவரத்தில் நடைபெறும் பட்சத்தில் GR/SDF பாரங்களை உபயோகிக்க வேண்டும்.

பூர்த்தி செய்யப்பட்ட GR/SDF பாரங்களை கஸ்டம்ஸ் கமிஷனரிடம் கொடுக்க வேண்டும் அதில் நிரப்பப்பட்டுள்ள விபரங்கள் சரிதானா என்று சரிபார்த்து அதன் ஒரிஜினலை அருகிலுள்ள ரிசர்வ் வங்கிக்கு அனுப்புவார்கள்.

இரண்டாவது பாரத்தை ஏற்றுமதியாளர்களிடம் கொடுப்பார்கள். ஏற்றுமதியாளர், ஏற்றுமதி ஆவணங்களுடன் அந்தப் பாரத்தையும் தங்களது வங்கியில் சமர்ப்பிக்க வேண்டும்.

பிபி பாரங்கள் (PP Form)

ஏற்றுமதியாளர், ஏற்றுமதியை தபால்மூலம் செய்யும் பட்சத்தில் அதற்கான பிபி பாரத்தை (இரண்டு) பூர்த்தி செய்து தங்களது வங்கியில் கொடுக்க வேண்டும்.

அதிலுள்ள விபரங்களை வங்கி சரிபார்த்து கையெழுத்திட்டு ஏற்றுமதியாளரிடம் கொடுக்கும். பின் அந்தப் பாரங்களை ஏற்றுமதிச் சரக்குடன் தபால் (அஞ்சல்) அலுவலக அதிகாரிகளிடம் சமர்ப்பிக்க வேண்டும்.

SOFTEX பாரம்

மென்பொருள் (Software) ஏற்றுமதிக்கு இந்தப் பாரம் உபயோகப்படுத்தப்படுகிறது. இதை மூன்று காப்பிகளில் பூர்த்தி செய்து இதற்கென உள்ள மத்திய அரசு (Ministry of Information Technology, Goverment of India) அவர்கள் அதை சரிபார்த்த பின் அதன் ஒரிஜினலை அருகிலுள்ள ரிசர்வ் வங்கி அலுவலகத்திற்கு அனுப்புவார்கள்.

இரண்டாவது பாரத்தை ஏற்றுமதியாளரிடம் கொடுப்பார்கள். மூன்றாவது பாரத்தை அவர்கள் வைத்துக் கொள்வார்கள்.

37. ஏற்றுமதிக்கான பணம் வராமல் போகுமா?

ஏற்றுமதிக்கான பணம் வராமல் போகுமா?

தரமான பொருட்கள், தவறு இல்லாத ஆவணங்கள் (Documents) என்று இவ்வளவு பாதுகாப்பு செய்திருந்தும், ஏற்றுமதிக்கான பணம் வராமல் போகுமா?

இது உங்களில் பலருக்கு ஏற்படும் நியாயமான சந்தேகம். இவ்வளவு பாதுகாப்பு எடுத்தும் பணம் வராமல் போகலாம். அதைப்பற்றி பார்ப்போம்.

எந்தெந்த சந்தர்ப்பங்களில் பணம் வராமல் போகலாம்?

இதை இரண்டாக பிரித்துப் பார்க்கலாம். L/C அல்லாத ஏற்றுமதி, L/C ஏற்றுமதி என்று. பணம் வராத சூழ்நிலை, ஏற்றுமதியை கலெக்‌ஷன் மூலமாகவும், ஓப்பன் அக்கவுண்ட் மூலமாகவும் செய்யும்போது ஏற்படலாம். (அதாவது L/C அல்லாத ஏற்றுமதி)

கலெக்‌ஷன்/ ஓப்பன் அக்கவுண்ட் முறையில் அனுப்பும்போது எவ்வாறு பணம் வராமல் போகலாம்?

1. இறக்குமதியாளர் 'திவால்' நிலை (Buyer's Insolvency) உங்களிடமிருந்து சரக்குகளை வாங்கியவர் பணம் கொடுக்க முடியாத 'திவால்' (Insolvent) நிலைக்கு வந்துவிட்டால் உங்களுக்கு பணம் கிடைக்க வாய்ப்புக்கள் குறைவு.

2. இறக்குமதியாளர் சரக்குகளை ஒத்துக்கொள்ளாத நிலை (Buyer's failure to accept goods)

நீங்கள் இங்கிருந்து சரக்குகளை ஏற்றி அனுப்பிவிட்டீர்கள். சரக்குகள் வெளிநாடு துறைமுகம் வரை சென்றுவிட்டது. ஆவணங்கள் (Documents) உங்களது வங்கி மூலமாக கலெக்‌ஷனில் அல்லது ஓப்பன் அக்கவுண்டில் சென்றபோது, இறக்குமதியாளர் ஆவணங்களையோ, சரக்குகளையோ பெற மறுக்கிறார்.

இதுபோன்ற சந்தர்ப்பங்களில் உங்களது சரக்குகள் வெளிநாட்டுத் துறைமுகம், விமான நிலையத்தில் தங்கிவிடும். குறிப்பிட்ட நாட்களைத் தவிர, சரக்குகள் கூடுதலாக இருக்கும் ஒவ்வொரு நாளுக்கும் அபராதக் கட்டணம் வசூலிக்கப்படும்.

இதுதவிர, இறக்குமதியாளர் சரக்குகளை பெற்றுக் கொள்ளாவிட்டால், நீங்கள் வேறு இறக்குமதியாளர் தேட வேண்டியிருக்கும் அல்லது சரக்குகளை திருப்பிக் கொண்டுவர வேண்டியிருக்கும்.

3. இறக்குமதியாளரின் நாட்டில் போடப்பட்ட அவசரச் சட்டத்தால் உங்களுக்கு பணம் அனுப்பமுடியாத சூழ்நிலை ஏற்படுவது, இம்மாதிரி சட்டங்கள், அந்நாட்டின் அப்போதைய சூழ்நிலைகளைக் கருத்தில் கொண்டு போடப்படலாம்.

நாடுகள் இவ்வகைச் சட்டங்களை தேவையில்லாமல் போடாது. ஏனெனில், இவ்வகை சட்டங்கள் போடப்பட்டால் அது அந்த நாட்டைப் பற்றிய எண்ணத்தை வெளிநாடுகளில் பாதிக்கும். மற்ற நாடுகள் மறுபடி ஏற்றுமதி செய்ய முன்வராது.

4. இறக்குமதியாளரின் நாட்டில் உள்நாட்டுச் சண்டைகள், குழப்பங்கள், புரட்சி, வெளிநாட்டுடன் சண்டை ஆகியவைகளால் பணம் அனுப்ப முடியாத சூழ்நிலை ஏற்படலாம்.

5. நீங்கள் ஏற்றுமதிக்கு எல்லாம் தயார் செய்து வைத்திருப்பீர்கள் அல்லது ஏற்றுமதி செய்து அனுப்பியிருப்பீர்கள். ஆனால் இறக்குமதியாளரின் நாட்டில் அந்தப் பொருளை இறக்குமதி செய்யக்கூடாது என்றோ அல்லது அந்தப் பொருளை இறக்குமதி செய்ய உரிமம் (Licence) தேவையென சட்டங்கள் போடப்படலாம்.

6. சரக்குகள் கப்பலில் சென்று கொண்டிருக்கும்போது, அதன் வழித்தடங்கள் மாற்றப்பட வேண்டிய சூழ்நிலை ஏற்பட்டால் அதற்காக நீங்கள் (ஏற்றுமதியாளர்) அதிகப்படியாக சரக்குக் கட்டணங்கள் (Freight) செலுத்த வேண்டியிருக்கலாம். இதனால் அந்த ஏற்றுமதியில் உங்களுக்கு லாபம் குறைய அல்லது நஷ்டம் ஏற்பட வாய்ப்புண்டு.

38. உங்களுடன் ஒரு நிமிடம்

புத்தகத்தை முழுவதுமாக நீங்கள் படித்திருப்பீர்கள் என நம்புகிறேன். எப்படி இருந்தது? தங்களின் ஆலோசனைகளையும், கருத்துக்களையும் எழுதுங்கள். அது வரும் பதிப்பை செம்மைப் படுத்த உதவியாக இருக்கும்.

இந்தப் புத்தகம் தமிழ்நாட்டின் ஏற்றுமதி வளர்ச்சிக்கு ஒரு சிறிய சமர்ப்பணம். ஏற்றுமதியின் அடிப்படைகளை மட்டும் கூறி, தவறில்லாமல் ஏற்றுமதி செய்வது எப்படி என்பதைப் பற்றி விளக்குவதே இந்தப் புத்தகத்தின் நோக்கம் ஆகும். அந்த வகையில் இந்தப் புத்தகம் உங்களுக்கு ஒரு வழிகாட்டியாக இருந்திருக்கும்.

அடுத்த பக்கத்தில் கொடுக்கப்பட்டிருக்கும் கேள்வித் தாளை நிரப்பி விஜயா பதிப்பகத்திற்கு அனுப்பி வைக்கவும். அதில் உங்களுக்கு கொடுக்கப்பட்டிருக்கும் நம்பரை நினைவில் வைத்துக் கொள்ளவும். அது உங்களுக்கு என்னுடன் தொடர்பு கொள்ள உதவியாக இருக்கும்.

அன்புடன்
சேதுராமன் சாத்தப்பன்

படிவம் எண்:
பெயர்:
முழு முகவரி:
தொலைபேசி எண்:
அலைபேசி எண்:
ஈ.மெயில் முகவரி:
புத்தகத்தைப் பற்றிய உங்கள் கருத்து:
அடுத்த பதிப்பில் என்ன எதிர்ப்பார்க்கிறீர்கள்?